விடுதலைச்சங்கு ஊதிய

சிங்கப் பெண்மணிகள்

சேதுநாடன்

சத்யா

Title:
Viduthalai sanguoothiya
Singa Penmanigal
Sethunadan

ISBN: 978-93-6666-228-2
Title Code : Sathyaa - 088

நூல் தலைப்பு
**விடுதலைச்சங்கு ஊதிய
சிங்கப் பெண்மணிகள்**

நூல் ஆசிரியர்
சேதுநாடன்

முதற்பதிப்பு
ஆகஸ்ட் 2024

விலை : ₹ 60

பக்கம் : 60

Printed in India

Published by

Sathyaa Enterprises
No.137, First Floor,
Choolaimedu,
Chennai - 600 094.
044 - 4507 4203

Email
sathyaabooks@gmail.com

உள்ளே...

1.	வீரப்புதல்வி தில்லையாடி வள்ளியம்மை	4
2.	கடலூர் அஞ்சலையம்மாள்	8
3.	கிட்டூர் ராணி சென்னம்மா	15
4.	கேப்டன் கோவிந்தம்மாள்	17
5.	கிருஷ்ணம்மாள் ஜெகநாதன்	22
6.	ஜல்காரி பாய்	26
7.	கேப்டன் லட்சுமி சாகல்	30
8.	ஜான்சி ராணி லட்சுமி பாய்	41
9.	ராஜபுத்திர ராணி அவந்தி பாய்	47
10.	விடுதலைச் சுடரேந்திய வீராங்கனை அன்னி பெசன்ட்	51
11.	இந்தியாவின் நைட்டிங்கேல் சரோஜினி நாயுடு	54
12.	மானமிக்க போர்க்குல மங்கை லட்சுமிபாய்	56

1. வீரப்புதல்வி தில்லையாடி வள்ளியம்மை

தஞ்சை மாவட்டம் மயிலாடுதுறையை அடுத்த தில்லையாடி என்ற கிராமத்திலிருந்து கப்பலேறி தென்னாப்பிரிக்காவுக்கு தன் மனைவி மங்களத்துடன் சென்ற முனுசாமி என்பவரின் வீரப்புதல்விதான் தில்லையாடி வள்ளியம்மை.

தனது 16வயது வயதிலேயே ஆங்கிலேயர் களுக்கு எதிராகப் போராடி உயிர்நீத்த முதல் விடுதலைப் போராளிதான் வள்ளியம்மை.

ஆங்கிலேயர்கள் தென்னாப்பிரிக்காவை அடிமைப்படுத்தி தங்களது ஆதிக்கத்தை விரிவுபடுத்திக் கொண்டிருந்த காலம்.

தென்னாப்பிரிக்க மண்ணில் கரும்பு போன்றவற்றைப் பயிரிட விரும்பிய ஆங்கிலேயர்கள் பயிர்த் தொழில் தெரிந்த அடிமைகளைத் தேடினர்.

அங்கிருந்த தென்னாப்பிரிக்க நீக்ரோ தொழிலாளர்களோ அடிக்கடி ஆங்கிலேயர்களோடு முரட்டுத்தனமாக சண்டையிட்டனர்.

இதன் காரணமாக தங்களது ஆதிக்கத்தில் இருந்த இந்தியா போன்ற பிற காலனி நாடுகளிலிருந்து பண்ணைத் தொழிலுக்கேற்ற கூலி களை இறக்குமதி செய்து கொண்டனர்.

அப்படி ஒரு கூலித் தொழிலாளிக் குடும்பமாக தில்லையாடியி லிருந்து கப்பலேறி தென்னாப்பிரிக்கா வந்த குடும்பம் தான் வள்ளியம்மையின் பெற்றோர்கள்.

தென்னாப்பிரிக்காவில் 1898 ஆம் ஆண்டு முனுசாமி தம்பதியினருக்கு பிறந்தவர் தான் வள்ளியம்மை.

எதிர்கால இன்பக் கனவுகளோடு சென்ற இந்தியத் தொழிலாளர்கள் அங்கே ஆங்கிலேயர்களால் அடிமைகளாக நடத்தப்பட்டனர்.

இந்தியர் ஒவ்வொருவரும் அங்கே வாழ மூன்று பவுன் தலைவரி கட்ட வேண்டும். வாக்குரிமை கிடையாது. அனுமதியின்றி குறிப்பிட்ட பகுதிகளுக்குள் நுழையக் கூடாது.

வெள்ளையர் பள்ளிகளில் படிக்க முடியாது. அவர்களுடன் சமமாக அமர்ந்து பயணம் செய்ய முடியாது. இவ்வாறாக ஒடுக்கப்பட்ட இந்தியக் குடிகள் வாழும் பகுதிகள் சேரிகளாக்கப்பட்டன.

இந்தச் சூழலில் தான் 1893 ஆம் ஆண்டு மோகன்தாஸ் கரம் சந்த் காந்தி தென்னாப்பிரிக்காவுக்கு வந்தார்.

தாதா அப்துல்லா கம்பெனிக்கான வழக்குகளை ஓராண்டிற்குள் முடித்துத் திரும்பும் எண்ணத்துடன் வந்தவர் அங்கே இந்தியர்களுக்கு இழைக்கப்படும் கொடுமைகளைக் கண்டு மனம் பதறினார்.

அதை எதிர்த்து போராடவும் இந்தியர்களின் உரிமைகளை மீட்டுத் தரவும் துணிந்தார். தென்னாப்பிரிக்காவிலேயே தங்கி இந்தியர்கள் மீது விதிக்கப்பட்ட மூன்று பவுன் தலைவரி ரத்து செய்யப்பட வேண்டும் என்ற கிளர்ச்சியைத் துவங்கினார் காந்தி.

இந்த சமயத்தில் இந்தியர்கள் சார்பாக நடத்தப்பட்ட எல்லா பொதுக் கூட்டங்களுக்கும் தனது தாயாருடன் சிறுமி வள்ளியம்மை சென்று வந்தார்.

காந்தியின் சொற்பொழிவுகள் வள்ளியம்மை நெஞ்சில் ஆழமாய் பதிந்தன. விடுதலைக் கனலை விரைந்து மூட்டின.

புதிதாக இந்தியர்கள் குடியேறுவதைத் தடுக்க குடியிருந்த ஒவ்வொரு இந்தியரின் விரல் ரேகையும் பதிவு செய்யப்பட்டது.

இச்செயல் வள்ளியம்மையின் தன்மான உணர்வைத் தாக்கியது. வெள்ளையரின் நிறவெறியை எதிர்த்து காந்தியின் அறப்போரில் தன்னையும் இணைத்துக் கொண்டாள் வள்ளியம்மை.

அதுவரை போராட்டங்களில் பெண்கள் ஈடுபட வேண்டாம் என்று தடுத்து வந்த காந்திஜி இந்தப் போராட்டத்தில் பெண்களையும் சேர்த்துக் கொண்டார்.

ஏனெனில் அந்தப் போராட்டம் அங்கே ஆங்கிலேயர் கொண்டு வந்திருந்த திருமணச் சட்டத்திற்கு எதிரானது. அது நேரடியாக பெண்களை பாதிக்கக்கூடியது. கட்டிய மனைவியையே அங்கீகாரமில்லாதவளாக்குகிற சட்டம். குழந்தைகளின் வாழ்வுரிமையையும் பாதிக்கிற சட்டம் இது என்றார் காந்தி.

1913 இல் ஜோசன்ஸ்பர்க் நகரில் காந்தி பெண்களின் சத்தியாகிரகப் போராட்டத்தை நடத்தினார். அந்த அணியின் முதல் வரிசையில் நின்ற மூன்று பெண்மணிகள் காந்தியின் மனைவி கஸ்தூரிபா, வள்ளியம்மை, வள்ளியம்மையின் தாயார்.

'வெள்ளை ஏகாதிபத்தியத்தின் விலங்கொடிப்போம் வாருங்கள்' என்று வள்ளியம்மை முன் வரிசையில் நின்று முழங்கிய முழக்கம் மற்ற போராளிகளை எழுச்சி கொள்ளச் செய்தது.

ஜோகன்ஸ் பர்க் நகரிலிருந்து நியுகாசில் நகருக்கு வள்ளியம்மையின் சங்கநாதம் ஒலித்தது.

நியுகாசில் நகர நிலக்கரிச் சுரங்கத் தொழிலாளர்களில் பெரும்பாலோர் தமிழர்கள் அவர்களை வேலை நிறுத்தம் செய்யுமாறு முழங்கினார் காந்தி. உடனடியாக வேலை நிறுத்தம் செய்தனர். தமது தமிழ் மக்களின் ஒத்துழைப்பைக் கண்டு மேலும் உற்சாகமானாள் வள்ளியம்மை.

போராட்டப் பெண்கள் தடையை மீறி டிரான்ஸ்வால் நகர எல்லைக்குள் நுழைந்த போது எல்லோரும் கைது செய்யப்பட்டனர்.

மூன்று மாதக் கடுங்காவல் தண்டனை விதிக்கப்பட்டு அனைவரும் சிறையில் அடைக்கப்பட்டனர். சிறை அதிகாரிகள் அங்கே அவர்களிடம் கடுமையாக வேலை வாங்கினார்கள்.

சுகாதாரக் கேடு விளைவிக்கும் சூழ்நிலையில் மெலிந்த தேகம்

கொண்ட வள்ளியம்மை நோய்க்கு ஆளாகி உடல் நலம் பாதிக்கப்பட்டாள்.

உரிய அபராதத் தொகை கட்டிவிட்டு சிறையிலிருந்து விடுதலை பெற்றுச் செல் என்று வெள்ளைக்கார அதிகாரி கூறிய போது மறுத்து விட்டாள் வள்ளியம்மை.

அது சத்தியாகிரகப் போராளிக்கு இழுக்கு செத்தாலும் சிறையிலே தான் சாவேன். அரசு விதித்த அபராதத் தொகையைக் கட்ட மாட்டேன் என்று மறுத்து விட்டாள்.

அடுத்த சில நாட்களிலேயே அவளது உடல்நிலை மிகவும் மோச மாகி விட்டதால் தண்டனைக்காலம் முடியும் முன்பே 1914 பிப்ரவரி 11 ஆம் நாள் சிறையிலிருந்து விடுவிக்கப்பட்டாள்.

ஒருமுறை சத்தியாகிரகப் போராட்டத்தின் போது வெறி பிடித்த வெள்ளையன் ஒருவன் காந்தியை சுட துப்பாக்கி உயர்த்திய போது வள்ளியம்மை திடீரென ஓடிவந்து காந்தியின் முன்னால் நின்று கொண்டு 'இப்போது காந்தியைச் சுடு பார்க்கலாம்' என்றாள் ஆவேசமாக.

அவளது நெஞ்சுரம் கண்டு ஆங்கிலேயரும், காந்தியும் திகைத்துப் போயினர்.

இதன் காரணமாக காந்திஜி தமிழகத்தில் சுற்றுப் பயணம் மேற் கொண்டபோது எல்லாக் கூட்டங்களிலும் வள்ளியம்மையின் தியாகத்தை குறித்துப் பேசினார்.

அவள் பிறந்த தில்லையாடி கிராமத்திற்கு சென்று அவளது உறவினர் களைப் பார்த்து பேசும் போது, 'தென்னாப்பிரிக்காவில் வெள்ளை யனின் துப்பாக்கி முன்பாக துணிச்சலுடன் எதிர் நின்று அன்று தன்னைக் காப்பாற்றியவள் வள்ளியம்மை' என்று கூறினார் காந்தி.

தனது பதினாறு வயதில் 22, பிப்ரவரி 1914ம் ஆண்டு தில்லையாடி வள்ளியம்மை மரணம் அடைந்தார்.

2. கடலூர் அஞ்சலையம்மாள்

அந்நியரிடம் அடிமைப்பட்டுக் கிடந்த நம் நாட்டுக்கு சுதந்திர சுவாசத்தை மீட்டெடுத்தவர்களில் பெண்களின் பங்கு அளப்பரியதாக இருந்துள்ளது. அதில் தமிழகத்தைச் சேர்ந்தவர்களில் குறிப்பிடத் தகுந்தவர்தான் கடலூர் அஞ்சலையம்மாள்.

அஞ்சலையம்மாள் போன்ற வீரப்பெண் மணிகள் பற்றி நினைவு கூர்வதும் அவர்களைப் பற்றி அடுத்த தலைமுறைக்கு அறிமுகம் செய்வதும் மிகவும் அவசியம்.

ஆங்கிலேயச் சிறையில் இருக்கும் போது பிரசவத்துக்காக ஒரு மாத பரோல் கேட்டு வெளியே சென்று திரும்பவும் குழந்தையுடன் சிறைக்குச் சென்ற வீரத் தமிழச்சி அஞ்சலை.

எந்தச் சூழலும் தாயாக விடுதலைக்கான தன் பயணத்தில் பின் வாங்க தயாராக இல்லாதவராக வாழ்நாள் முழுவதும் போராடியவர் அஞ்சலை.

அஞ்சலையம்மாளின் வீடு எப்போதும் தொண்டர்களால் நிறைந்திருக்கும். அவர்களுக்கு தன்னால் இயன்ற உணவு உபசரிப்பைச் செய்ய ஒரு போதும் சுணக்கம் காட்டியதில்லை அவர்.

இந்திய விடுதலைக்குப் பிறகு மூன்று முறை சட்டமன்ற உறுப்பினராகத் தேர்ந்தெடுக்கப்பட்டார். தனது தொகுதிக்கு உட்பட்ட மக்களுக்கான பல நல்ல திட்டங்களைக் கொண்டு வர கடும் முயற்சி எடுத்தார்.

அஞ்சலை அம்மாளும், முருகப்பாவும் கடலூர் சிறையில் அடைபட்டுக் கிடந்த காலத்தில் அவர்களுடன் இருந்த விடுதலைப் போராளியும் மார்க்சிய சிந்தனையாளருமான க.இரா. ஜமத்கனி, இந்திய விடுதலைக்குப் பின் 1947 இல் அஞ்சலை தம்பதியினரின்

மகளான லீலாவதியைத் திருமணம் செய்து கொண்டார்.

'தென்னத்தின் ஜான்சிராணி' என்று மகாத்மா காந்தியால் வர்ணிக்கப் பட்டவர் கடலூர் அஞ்சலையம்மாள்.

கடலூர் மாவட்டத்தில் உள்ள முதுநகரைச் சேர்ந்த அஞ்சலை அம்மாள், 1890 ஆம் ஆண்டு பிறந்தவர். ஐந்தாம் வகுப்பு வரை இவர் படித்து அதன் பிறகு சிறுவயது முதல் சமூகப் பணிகளில் தன்னை ஈடுபடுத்திக் கொண்டு வந்த அஞ்சலை அம்மாள் 1921 ஆம் ஆண்டில் நடைபெற்ற ஒத்துழையாமை இயக்கத்தில் பங்கேற்றார்.

இதில் கலந்து கொண்டதன் மூலம் தென்னிந்தியாவிலிருந்து ஒத்துழையாமை இயக்கத்தில் பங்கேற்ற முதல் பெண்மணி என்ற சிறப்பு இவருக்கு உண்டு.

தன்னுடையது என்று இல்லாமல் தனது குடும்பத்தினருக்கு என இருந்த நிலங்களையும் வீட்டையும் விற்று இந்தியாவின் விடுதலைப் போராட்டத்திற்காகப் பெரும் பணத்தை செலவிட்டார்.

அதன்பின் 1927 ஆம் ஆண்டு நடைபெற்ற நீலன் சிலை அகற்றும் போராட்டத்தில் அவர் பங்கேற்றார்.

இந்தப் போராட்டத்தில் தன்னுடைய ஒன்பது வயது மகள் அம்மாக் கண்ணுவையும் இப்போராட்டத்தில் ஈடுபடுத்தி அக்குழந்தையுடன் சிறைக்குச் சென்றார். அங்கு சிறையிலேயே தன்னுடைய குழந்தையை வளர்த்தெடுத்த இவரை காந்தி அடிக்கடி பார்வையிட்டார் என்பது குறிப்பிடத்தக்கது.

தொடர்ந்து 1931 ஆம் ஆண்டு அனைத்திந்திய மகளிர் காங்கிரஸ் கூட்டத்திற்கு தலைமை தாங்கிய இவரை 1932 ஆம் ஆண்டு நடை பெற்ற வேறொரு போராட்டத்தில் கலந்து கொண்டதற்காக வேலூர் சிறையில் அடைக்கப்பட்டார்.

இவரது இந்தப் போராட்டம் காரணமாக ஆங்கிலேய அரசு இவரை அனுமதிக்க மறுத்தது. இருப்பினும் இவர் காந்தியை சந்தித்தார்.

இதன் காரணமாக இவரை மகாத்மா காந்தி தென்னகத்தின் ராணி என்று அழைத்தார்.

இன்றைய கடலூர் மாவட்டம் சேத்தியாத் தோப்பிற்கு அருகி லுள்ள சின்ன நெற்குணம் எனும் சிற்றூரில் வேளாண்மை மற்றும் நெசவுத் தொழில் செய்து வந்த முருகப்பா என்பவரை 1908 இல் திருமணம் செய்து கொண்டார் அஞ்சலை.

அஞ்சலையம்மாளின் விடுதலைப் போராட்டத்திற்கு உறுதுணை யாக முருகப்பாவும் கடலூரிலேயே தங்கிப் பல்வேறு போராட்டங் களில் பங்கேற்றார். பின்னர் ஒரு நாளிதழ் முகவராகவும் இருந்தார்.

நெசவுத் தொழிலையே முதன்மையான தொழிலாக செய்து வந்த இவ்விருவரும் சென்னை சைதாப்பேட்டையில் தங்கி தறி நெசவுப் பணியோடு காங்கிரஸ் கட்சிப் பணியும் செய்து வந்தனர்.

பெரியார் ஈ.வே. இராமசாமியுடன் சென்று பல சிற்றூர்களில் நெசவு செய்த கைத்தறித் துணிகளை விற்றனர்.

அஞ்சலை முருகப்பா இணையருக்குப் பின்னாளில் அம்மாக் கண்ணு, காந்தி, ஜெயவீரன், கல்யாணி உள்ளிட்ட ஆறு பிள்ளைகள் பிறந்தனர்.

தனது குடும்பச் சொத்தான வீட்டையும் விற்று விடுதலைப் போராட்டத்திற்காக பணத்தைச் செலவு செய்த அஞ்சலை அம்மாளை பாண்டிச்சேரியிலிருந்து கடலூருக்கு வந்த சுப்பிரமணிய பாரதி பாராட்டிச் சென்றார்.

முன்னதாக 1914 வாக்கில் 'பெண்கள் வீட்டை விட்டு வெளியே வரவே அஞ்சுகிற காலத்தில் அஞ்சலை அம்மாள் பொது வாழ்க்கைக்கு வந்திருப்பது மிக்க மகிழ்ச்சியாக இருக்கிறது' என்று பாரதியார் கூறினார்.

1857 இல் சிப்பாய் கிளர்ச்சியின் போது பல சிப்பாய்களையும் பொது மக்களையும் படுகொலை செய்யக் காரணமாயிருந்த ஜேம்ஸ் நீல் என்ற ஆங்கிலேயப் படைத்தளபதியின் நினைவாக 1860 இல் சென்னை மவுண்ட் சாலையில் ஒரு சிலையை பிரித்தானிய அரசு நிறுவியது.

அச்சிலையை அகற்றக் கோரி 1 செப்டம்பர் 1927 அன்று எஸ்.என். சோமையாஜுலு தலைமையில் நடைபெற்ற நீல்சிலை சத்தியாகிரகப் போராட்டத்தில் முருகப்பாவுடனும் மகள் அம்மாக் கண்ணுவுடனும் பங்கேற்று அச்சிலையை உடைத்தமைக்காக ஓராண்டு சிறைத் தண்டனை பெற்றார் அஞ்சலை.

அங்கு இவர்களை 1927 டிசம்பரில் சந்தித்த காந்தி, அம்மாக் கண்ணுவின் பெயரை லீலாவதி என்று மாற்றித் தன்னுடன் வாரிதா ஆசிரமத்துக்கு அழைத்துச் சென்றார்.

1931 ஜனவரி 10 ஆம் நாளன்று கடலூரில் நடைபெற்ற உப்புச் சத்தியாகிரகத்தின்போது அஞ்சலை அம்மாள் கடுமையாகக் காயமடைந்தார்.

அதன்பின் ஆறுமாதம் சிறைத் தண்டனை விதிக்கப்பட்டு வேலூர் மத்திய சிறைச்சாலைக்கு அனுப்பப்பட்டார். அப்போது அவர் ஆறு மாத கர்ப்பிணியாக இருந்தார். நிறை மாதத்தில் சிறை விடுப்பில் வெளிவந்த அவருக்கு ஆண் குழந்தை பிறந்தது.

அதன் பின் 15 நாளான கைக்குழந்தையுடன் சிறைக்குச் சென்று எஞ்சிய இரண்டு மாத தண்டனையை நிறைவு செய்தார்.

விடுப்பில் வந்து குழந்தை பிறந்ததால் அதற்கு செயில் வீரன் என்று பெயர் சூட்டினார். பின்னர் அக்குழந்தை ஜெயவீரன் என்று அழைக்கப்பட்டார்.

1931 ஆம் ஆண்டு சென்னையில் நடைபெற்ற அனைத்திந்திய மகளிர் காங்கிரஸ் கூட்டத்திற்கு அஞ்சலை தலைமை தாங்கினார்.

1932 இல் காந்தியின் மது ஒழிப்புக் கொள்கைக்கு ஆதரவாக பொது மக்களைத் திரட்டி கள்ளுக்கடை மறியலை நடத்தினார். இதனால் ஒன்பது மாதம் கடுங்காவல் தண்டனை பெற்று பெல்லாரி சிறையில் அடைக்கப்பட்டார்.

1933 சட்டமறுப்பு மறியலில் பங்கேற்றார். அதே ஆண்டு அந்நியத் துணி எதிர்ப்புப் போராட்டத்தில் கலந்து கொண்டு மூன்று மாத சிறைத் தண்டனை பெற்றார்.

1934 இல் காந்தி கடலூருக்கு வந்தபோது அஞ்சலையம்மாளை சந்திக்க முயன்றார். பிரித்தானிய அரசு காந்தியடிகள் அஞ்சலை அம்மாளைப் பார்க்கத் தடை விதித்தது.

ஆனால் அஞ்சலை அம்மாள் பர்தா அணிந்து ஒரு குதிரை வண்டியில் வந்து காந்தியைச் சந்தித்தார். அஞ்சலையின் துணிவைக் காரண மாகக் காட்டி, காந்தியடிகள் அஞ்சலையை, 'தென்னாட்டின் ஜான்சி ராணி' என்று அழைத்தார்.

1940 தனிநபர் சத்தியாகிரக போராட்டத்தில் பங்கேற்று 6 மாதம் கடுங்காவல் சிறைத்தண்டனை பெற்று கண்ணனூர் சிறையில் அடைக்கப்பட்டார்.

வெள்ளையனே வெளியேறு போராட்டத்தில் 1942 இல் பங்கேற்று சென்னை உட்பட பல நகரங்களுக்கும் சென்று உரையாற்றி யமைக்காக சிறை சென்றார்.

1947 இல் இந்தியா விடுதலை அடைந்த பின்னர் தனக்குத் தியாகி ஓய்வூதியம் வேண்டாம் என்று மறுத்தார் அஞ்சலை.

1937, 1946, 1952 என மூன்று முறை சென்னை மாகாண சட்டமன்ற உறுப்பினராக கடலூர் தொகுதியிலிருந்து தேர்ந்தெடுக்கப்பட்டார்.

அந்நியத் துணிமணிகளை எதிர்க்க மகாத்மா காந்தியடிகள் கதர் கொண்டு வந்தார். இதை நாம் பலப்படுத்திட பஞ்சு வெளியில் போக விடாமல் கிராமங்களிலேயே வைத்து நூற்க வேண்டுமென்று அரசாங்கமே சட்டம் இயற்றிவிட்டால் துணி பஞ்சமின்றி கௌரவ மாய் இருப்போம். கிராமத்தில் பயிரிடுவோர் காலையில் எழுந்து வயலுக்குப் போய் விடுவார்.

காலை 10 மணிக்கு சோறு கொண்டு போவார்கள். அதைச் சாப்பிட்டு விட்டு மாலை 5 மணிக்கு வீட்டிற்கு திரும்ப வருவார்கள். நாம் மூன்று வேளை சாப்பிட்டு விட்டு மருத்துவரிடம் செல்கிறோம்.

அவர்களுக்கு உணவில்லை. துணியில்லை. இங்கே ஒரு கோர்ட்டுக்கு இரண்டு கோட்டு போட்டுக் கொண்டு இருக்கிறார்கள். ஏழை களுக்கு வேண்டிய துணியை கொடுக்க வேண்டுமென கேட்டுக்

கொள்கிறேன் என்று 24 மே 1946 அன்று சென்னை மாகாண சட்டமன்றத்தில் அஞ்சலை அம்மாள் ஆற்றிய உரை சட்டமன்ற அவைக்குறிப்பில் உள்ளது.

தன்னுடைய பதவிக்காலத்தில் தீர்த்தாம்பாளையத்தின் குடிநீர் பிரச்சனையைத் தீர்த்து வைத்தார் கடுமையான குடிநீர் பஞ்சத்துக்கு ஆளான அக்கிராமத்து மக்கள் நீண்ட தொலைவு சென்று நீர்பிடித்து வர வேண்டியதாயிற்று.

அந்தச் சிக்கலுக்கு முற்றுப் புள்ளியாக புவனகிரி செல்லும் வீராணம் வாய்க்காலிலிருந்து கிளை வாய்க்காலை உருவாக்கி தீர்த்தாம் பாளையத்துக்கு கொண்டு வந்தார்.

குடிநீர் சிக்கலும் தீர்ந்தது. அதற்கான நன்றிக் கடனாகவே அக்கிளை வாய்க்கால், அஞ்சலை வாய்க்கால் என அழைக்கப்படுகிறது.

அன்றைய தென்னார்க்காடு மாவட்டக் கழக உறுப்பினராகவும் அஞ்சலையம்மாள் பணியாற்றினார். அப்போது அவரது முயற்சி யால் எக்ஸ்ரே கதிர்கருவி கடலூர் அரசு மருத்துவமனைக்கு கொண்டு வரப்பட்டது.

பண்ருட்டியைச் சுற்றியுள்ள சிற்றூர்களில் தரமான குடிநீர் கிடைக்காமையால் அப்பகுதி மக்களுக்கு நரம்பி சிலந்தி பாதிப்பு ஏற்பட்டது. அஞ்சலை அம்மாள் அத்தகைய ஊர்களில் விழிப்புணர்வு பிரச்சாரம் செய்தார்.

மகாத்மா காந்தி சுட்டுக் கொல்லப்பட்ட செய்தி அறிந்து மயக்க முற்ற அஞ்சலை அம்மாள் பிறகு கண்விழித்த போது, தன் கணவரிடம், 'ஏங்க, இனி நான் அரசியலில் தொடர மாட்டேன். காந்தி சொன்னபடி கிராமங்களுக்கு போகலாம்' என்று கூறி கடலூரிலிருந்து 30 மைல் தொலைவில் உள்ள சி.முட்லூர் கிராமத்திலுள்ள தனது இன்னொரு மகன் காந்தியின் வீட்டுக்குச் சென்று அங்கிருந்து பின்னால் சேவையை தொடர்ந்திருக்கிறார்.

ஆங்கிலத்தில் புலமைமிக்க அஞ்சலை, கன்னடம், மலையாளம், தெலுங்கு, மற்றும் தமிழ் மொழிகளில் சரளமாகப் பேசக் கூடியவர்.

தான் குடியிருந்த வீட்டை அடகு வைத்துக் கட்சிப் பணிக்காகவும், விடுதலை போராட்டத்திற்காகவும் செலவு செய்தார் அஞ்சலை.

கடனை அடைக்க முடியமால் வீடு ஏலத்திற்கு வருகையில் அவர் ஆதரவாளர்கள் சிலர் வீட்டை மீட்டுள்ளனர். அதை அஞ்சலை பெயரில் எழுதி வைத்தால் மீண்டும் அடகு வைத்துச் செலவு செய்திடுவார் என்று அவரது மூத்த மகன் காந்தி மற்றும் இளைய மகன் ஜெயவீரன் பெயரில் எழுதி வைத்தனர்.

சிதம்பரம் அடுத்துள்ள சி.முட்லூர் என்ற சிற்றூரில் தனது மூத்த மகன் காந்தியுடன் குடியேறி வேளாண்மைப் பணிகளில் ஈடுபட்டு வந்த அஞ்சலை அதே ஊரில் 20 பிப்ரவரி 1961 அன்று தன் 71 ஆம் வயதில் காலமானார்.

கர்ப்பிணியாகச் சிறை புகுந்து பேறு காலத்தில் அனுமதியுடன் வெளியே வந்து ஆண்மகவுடன் மறுபடியும் சிறை புகுந்திட எப்படி ஒரு பெண்ணால் சாத்தியமாயிற்று?

- 1921 இல் சுதந்திரப் போராட்டத்தில் இறங்கினார் அஞ்சலை.
- 1927 - நீலன் சிறை அகற்றும் போரில் ஒரு வருடம் சிறை சென்னையில்.
- 1931 - உப்புக்காய்ச்சும் போராட்டத்தில் ஆறு மாத சிறைத் தண்டனை கடலூரில்
- 1933 - மறியல் போரில் மூன்று மாத சிறை
- 1940 - தனிநபர் சத்தியாகிரகத்தில் முதலில் ஆறுமாதம் சிறை
- 1940 - 18 மாதங்கள் சிறை வேலூரில்
- 1943 - 8 மாதம் பெல்லாரியில் சிறை

    ஆக நான்கு வருடம் ஐந்தரை மாதம் சிறை வாசம்

ஆக இத்தனை தியாகங்கள் செய்துள்ள வீரமங்கை வரலாற்று ஏடுகளில் எங்கே ஒளிக்கப்பட்டிருக்கிறார்?

3. கிட்டூர் ராணி சென்னம்மா

இந்திய சுதந்திரப் போராட்ட வீராங் கணையாக காலங்களைக் கடந்தும் போற்றப் படுபவர் கர்நாடகத்தைச் சேர்ந்த கிட்டூர் ராணி சென்னம்மா.

1857 ஆம் ஆண்டில் முதல் விடுதலைப் போரில் ஆங்கிலேயரை எதிர்த்து ஜான்சி ராணி லட்சுமிபாய் போரிடுவதற்கு 33 ஆண்டு களுக்கு முன்னதாகவே ஆங்கிலேயருக்கு எதிராகப் போரிட்டவர் தான் சென்னம்மா.

1778 ஆம் ஆண்டு அக்டோபர் 23 ஆம் தேதி பெலகாவி மாவட்டத் தில் உள்ள காகட்டி என்ற சிறிய கிராமத்தில் சென்னம்மா பிறந்தார்.

சிறிய வயதிலேயே குதிரையேற்றம், வாள்சண்டை. வில்வித்தை போன்றவற்றில் அவர் பயிற்சி பெற்றவராகவும் வீரத்துக்காக அறியப்பட்டவராகவும் இருந்தார்.

தமது 15 ஆம் வயதில் கிட்டூர் ராஜா மல்லசர்ஜா தேசாயை அவர் மணந்தார். ஆனால் 1816 ஆம் ஆண்டில் சென்னம்மாவின் கணவர் இறந்தார்.

மகனும் இறந்து விட்ட நிலையில் சிவலிங்கப்பா என்பவரை பட்டத்து இளவரசராக சென்னம்மா தேர்ந்தெடுத்தார்.

இதற்கு எதிர் வினையாற்றத் துடித்த கிழக்கிந்திய கம்பெனி, பிற்காலத்தில் சட்டமாக்கப்பட்ட வாரிசு இழப்புக் கொள்கையை முன் வைத்து சிவலிங்கப்பாவை ஆங்கிலேய அரசு நாடு கடத்த உத்தர விட்டது.

இந்திய ஆட்சிப் பகுதிகளை கிழக்கிந்திய கம்பெனியுடன் இணைக்கும் மறைமுகத் திட்டமாக அது அறிமுகப்படுத்தப்பட்டது.

இந்தக் கொள்கையின்படி முடியாட்சியின் கீழ் உள்ள ஒரு பகுதியில்

பதவியேற்க வாரிசு இல்லாவிட்டால் அந்தப் பகுதியை ஆளும் உரிமை பிரிட்டனுக்குச் சென்று விடும்.

இதன்படி கிட்டூர் பகுதி தார்வாட் ஆட்சியர் ஜான் தாக்கரே யினுடைய அதிகாரத்தின் கீழ் கொண்டு வரப்பட்டது.

ஆனால் சென்னம்மா அதை ஏற்கவில்லை. தன் மண்ணையும் மக்களையும் ஆங்கிலேயரிடமிருந்து காக்க எதையும் செய்வதற்கு அவர் தயாராக இருந்தார். அப்போது அவருக்கு வயது முப்பத்து மூன்று மட்டுமே.

கிட்டூர் தன்னுடைய ஆட்சிக்கு உட்பட்டது. அதைத் தொந்தரவு செய்யக்கூடாது என பம்பாய் துணை ஆளுநர் மவுண்ட் ஸ்டூவர்ட் எல்ஃபின்ஸ் டோனுக்கு சென்னம்மா கடிதம் எழுதினார். அந்த கோரிக்கை நிராகரிக்கப்பட்டது.

சென்னம்மாவின் தொடர் எதிர்ப்பால் 1824 ஆம் ஆண்டில் ஆங்கிலேயர்கள் கிட்டூரைத் தாக்கினர். சென்னையைச் சேர்ந்த உள்நாட்டு குதிரை பீரங்கிப் படையின் நான்கு பீரங்கிகள், 200 வீரர்கள் போர் தொடுத்து வந்தனர்.

சென்னம்மாவின் சிறிய படையோ துணிச்சலுடன் போரிட்டது. ஆங்கிலேயர் படை தோற்றதுமில்லாமல், ஆளுநர் தாக்கரேயை அமட்டூர் பாலப்பா வீழ்த்தினார். சர்வால்டர் எலியட் ஸ்டீவன்ஸன் ஆகிய இரண்டு பிரிட்டிஷ் அதிகாரிகளும் பிடிபட்டனர்.

இந்த வெற்றியைப் பயன்படுத்திக் கொண்டு போரைக் கைவிட முன் வந்தால் ஆங்கிலேய அதிகாரிகளை விடுவிப்பதாக ஆணையர் சாப்ளினுடன் சென்னம்மா ஒப்பந்தம் செய்து கொண்டார்.

தோல்வியைப் பெரும் அவமானமாகக் கருதியது மட்டுமில்லாமல் அன்றைய மதிப்பில் சென்னம்மாவிடம் இருந்த 15 லட்சம் ரூபாய் மதிப்புள்ள நகை சொத்துக்களைக் கைப்பற்றவும் ஆங்கிலேயர் திட்டமிட்டனர்.

இதனால் மைசூர், சோலாபூரில் இருந்து 20000 படைவீரர்கள், 400 துப்பாக்கிகள் கொண்ட பெரும் படையைக் கிட்டூரைச் சூழ்ந்து ஆங்கிலேயர்கள் நிறுத்தினர்.

தளபதி சங்கொள்ளி ராயண்ணாவுடன் இணைந்து செல்லம்மா துணிச்சலுடன் ஆங்கிலேயர்களை எதிர்த்தார்.

இதில் ஷோலாபூரின் துணை கலெக்டர் மன்ரோ பலியானார். இதற்கிடையே சென்னம்மாவின் படையைச் சேர்ந்த மல்லாப்பா வும், வேங்கடராவும் நம்பிக்கை துரோகம் செய்தனர்.

துப்பாக்கி மருந்துடன் மாட்டுச்சாணத்தை சேர்த்துப் பீரங்கிகளில் நிரப்பினர். இதன் காரணமாக சென்னம்மா தோற்று ஆங்கிலேயர் களால் கைது செய்யப்பட்டு பெய்ல் ஹொங்கல் கோட்டையில் அடைக்கப்பட்டார். 1829 பிப்ரவரி 21 ஆம் தேதி சிறையிலேயே இறந்தார்.

தன் மண்ணைக் காப்பதற்காக சென்னம்மாவின் தீரம், சங்கொள்ளி ராயண்ணாவுக்கு மிகுந்த உத்வேகம் அளித்தது.

காடுகளில் மறைந்திருந்த அவர் தொடர்ந்து ஆங்கிலேயர்களைத் தாக்கி வந்தார். ஆனால் 1829 ஆம் ஆண்டு ராயண்ணா கைது செய்யப்பட்டு பின்னர் தூக்கிலிடப்பட்டார்.

❐

4. கேப்டன் கோவிந்தம்மாள்

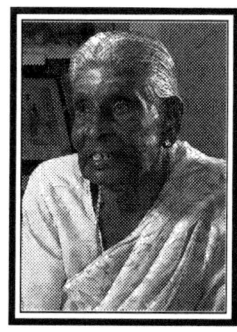

இந்திய விடுதலைப் போராட்டத்தில் ஈடுபட்ட பல தலைவர்களின் தியாகங்கள் வெளி உலகத்துக்கு கொண்டு வரப்படாமல் இருக்கிறது.

எத்தனையோ தியாகிகளின் தியாக வரலாறு கள் காலப்போக்கில் காற்றோடு காற்றாக கரைந்து போய் மறைந்து விட்டது.

இது போன்ற வரலாற்றுப் பிழையில் மக்கள் மறந்த நம் தமிழகத்தின் வீரப்பெண்மணிகளில் ஒருவர்தான் கேப்டன் கோவிந்தம்மாள்.

வேலூர் மாவட்டம் ஆம்பூரைச் சேர்ந்த முனுசாமி என்பவரின் மகளாக 1926 இல் கோவிந்தம்மாள் பிறந்தார். அவருடைய ஒரு வயதில் அவரது தந்தை வேலைக்காக மலேசியா சென்ற போது தனது குடும்பத்தாரையும் உடன் அழைத்துச் சென்றார்.

அங்கு கோலக்கிள்ளான் என்ற ஊரில் அஞ்சல்துறை ஊழியராக முனியசாமி பணியாற்றியுள்ளார். பின்னர் அந்த வேலையை விட்டு விட்டு சொந்தமாக நகைக்கடை நடத்தியுள்ளார்.

அவரது மகள் கோவிந்தம்மாள் அங்குள்ள பள்ளியில் 8 ஆம் வகுப்பு வரை படித்துள்ளார். அக்கால வழக்கப்படியே அவருக்கு சிறுவயதி லேயே திருமணம் செய்து வைத்தனர்.

கோவிந்தம்மாளை மலேசியாவில் ரப்பர் எஸ்டேட்டில் எழுத்தராக பணிபுரிந்த அருணாச்சலம் என்பவருக்கு திருமணம் செய்து வைத்தனர். இருவரும் இல்லற வாழ்வில் இருந்த நிலையில் நான்கு மகள்களும், ஒரு மகனும் அவர்களுக்கு பிறந்தனர்.

அச்சமயம் இந்தியாவில் சுதந்திர போராட்டம் தீவிரமாக இருந்த காலகட்டம்.

மலேசியாவில் மலாக்கா பிராந்தா என்ற இடத்தில் இந்தியர்கள் மத்தியில் நேதாஜி சுபாஷ் சந்திரபோஸ் உரையாற்றியுள்ளார்.

இந்தியாவை ஆண்டு கொண்டு இருந்த ஆங்கில ஏகாதிபத்திய அரசுக்கு எதிராக மலேசியாவில் இராணுவம் கட்டமைத்துக் கொண்டிருந்தார் நேதாஜி. அதற்காகப் பொருளீட்டவும் வீரர்களை சேர்க்கவே மலேசியாவுக்கு வந்திருந்தார் அவர்.

நேதாஜியின் உரையைக் கேட்ட கோவிந்தம்மாள் அந்த இடத்தி லேயே ராணுவ நிதியாக தான் அணிந்திருந்த 6 பவுன் தங்க வளையலைக் கழற்றிக் கொடுத்தார். பிறகு திருமணத்தின் போது தாய் வீட்டு சீதனமாக கிடைத்த ஒரு ஏக்கர் ரப்பர் தோட்டத்தையும் ஐ.என்.ஏ வுக்கு நன்கொடையாக கொடுத்துள்ளார் கோவிந்தம்மாள்.

நேதாஜி செய்த பிரச்சாரம் கோவிந்தம்மாளின் வாழ்வில் மிகப் பெரிய திருப்புமுனையாக அமைந்து விட்டது.

இந்திய விடுதலைப் போரில் இந்திய தேசிய இராணுவத்தில் மலேசிய ரப்பர் தோட்டத் தமிழ்த் தொழிலாளர்கள் அதிகமாகச் சேர்ந்தார்கள்.

அதனைக் கண்டு ஆங்கிலேய தளபதி வின்ஸ்டன் சர்ச்சில் மிகவும் ஏளனமாக நகையாடினார்.

'மலேசிய தோட்டத்தில் ரப்பர் பால் உறிஞ்சும் தமிழர்களின் இரத்தம், நேதாஜியின் மூளையில் கட்டியாக உறைந்து உள்ளது' என்றார் அவர்.

அதற்கு நேதாஜி 'அந்தத் தமிழர்கள் தான் நாளை ஆங்கில ஏகாதிபத்தியத்தின் இரத்தத்தைக் குடிப்பார்கள்' என்று பதிலடி கொடுத்தார்.

அந்த அளவிற்கு மலேசிய ரப்பர் தோட்டத் தொழிலாளர்கள் நேதாஜியின் படையில் சேர்ந்த வண்ணம் இருந்தனர். அதில் கோவிந்தம்மாளும் ஒருவர்.

நேதாஜி இந்திய தேசிய இராணுவத்தின் பெண்கள் படையான ஜான்சி ராணி படையில் பெண்களையும் சேருமாறு அழைத்தார். அதனை ஏற்று 12.12.1943 இல் ஜான்சி ராணிப் படையில் கோவிந்தம்மாள் சேர்ந்தார்.

ஜான்சிராணி படை என்பது 1943 ஆம் ஆண்டு நேதாஜியால் தொடங்கப்பட்ட இந்திய தேசிய ராணுவம் என்ற இயக்கத்தின் பெண்கள் பிரிவாகும்.

இந்திய தேசிய ராணுவத்தின் ஆண்கள் படைபோல் அல்லாமல் இந்த ஜான்சிராணி படை முற்றிலும் வெளிநாட்டு இந்தியப் பெண் களை வைத்தே அமைக்கப்பட்டது.

இருபது சிங்கப்பூர் பெண்களைக் கொண்டு லட்சுமி சுவாமிநாதன் என்ற பெண்ணால் அமைக்கப்பட்ட இப்படையில் 1500 பெண்கள் வரை சேர்ந்தனர்.

18 வயது முதல் 28 வயதுள்ள பெண்களே இப்படையில் இணைய முடியும் என்பது விதி என்றாலும் 12 வயதிலிருந்து 45 வயது வரை

உள்ள பெண்களும் இப்படையில் உண்மையை மறைத்து இடம் பெற்றதாக கருதப்படுகிறது. இதில் உள்ள நிறையப் பெண்கள் தங்கள் தங்க நகைகளை படையின் பொருளாதாரத்துக்கு கொடையாக வழங்கினர்.

ஜான்சிராணிப் படையில் கோவிந்தம்மாள் சிப்பாயாக சேர்ந்தார். 1000 பெண்கள் கொண்ட அந்த படையில் 100 பேர் தேர்வு செய்யப்பட்டு பல்வேறு ரக துப்பாக்கிகள் சுடும் கடுமையான பயிற்சி அளிக்கப்பட்டுள்ளது. அந்த 100 பேரில் ஒருவராக தேர்வு செய்யப்பட்டு துப்பாக்கி சுடும் பயிற்சி பெற்றவர் கோவிந்தம்மாள்.

இந்திய தேசிய ராணுவத்தில் பணியாற்றிய போது ராணுவ முகாமில் இரவு நேரத்தில பாதுகாப்பு பணியில் கோவிந்தம்மாள் இருந்த போது மாறு வேடத்தில் நேதாஜி ராணுவ முகாமுக்கு சென்றுள்ளார்.

ராணுவ முகாமுக்குள் அவர் செல்ல முயன்றபோது அவரை கோவிந்தம்மாள் தடுத்து நிறுத்தி அவரை உள்ளே விட மறுத்துள்ளார். பிறகு நேதாஜி மாறுவேடத்தைக் கலைத்து தன்னுடைய முகத்தைக் காட்டிய பிறகு தான் அவரை உள்ளே அனுமதித்துள்ளார்.

அடுத்த நாள் காலை 100 பேர் கொண்ட அந்த வீராங்கனைகளுடன் நேதாஜி உரையாற்றினார். அப்போது 'நேற்றிரவு முகாம் வாசலில் பாதுகாப்புக்கு நின்றது யார்' என்று கேள்வி எழுப்பினார்.

நான்தான் என கோவிந்தம்மாள் எழுந்துள்ளார். ஏன் என்னை உள்ளே விட மறுத்தீர்கள் என நேதாஜி மறு கேள்வி எழுப்பினார்.

கோவிந்தம்மாள் கம்பீரமாக நேதாஜியின் கண்களை நேருக்கு நேராகப் பார்த்து, 'இது போர் சமயம். எதிரிகள் கூட மாறு வேடத்தில் வர வாய்ப்பு இருக்கிறது அல்லவா? அதனால்தான் மாறு வேடத்தை கலைத்த பிறகே உள்ளே விட்டேன்' என பதில் அளித்துள்ளார்.

பதிலால் திருப்தியடைந்த நேதாஜி கோவிந்தம்மாளின் முதுகில் தட்டிக் கொடுத்தார்.

இந்திய தேசிய ராணுவத்தின் நேதாஜி ஜான்சிராணி பெண்கள்

படைப்பிரிவை ஏற்படுத்திய போது கோவிந்தம்மாள் சிப்பாயாக சேர்ந்த போது கேப்டன் லட்சுமிதான் இந்த ரெஜிமண்டுக்கு தலைவராக இருந்தார்.

ஐ.என்.ஏவின் கோவிந்தம்மாளின் எண் 4800. இதுதான் ஐ.என்.ஏ.வில் கோவிந்தம்மாளின் அடையாளம்.

திறமையும், கடுமையான உழைப்பும், மனவலிமையும் கோவிந்தம்மாளுக்கு இருந்தது. இதனால் ஆயிரம் பேர் கொண்ட பெண்கள் அணிக்கு தலைவராக கோவிந்தம்மாள் உயர்த்தப் பட்டார்.

ஒரு கட்டத்தில் ஜான்சிராணி ரெஜிமண்டிலிருந்து திறமையான 100 பெண்கள் தேர்வு செய்யப்பட்டு பர்மா அழைத்துச் செல்லப் பட்டனர்.

அங்கு உயர்ரக ஆயுதங்களைக் கையாளும் சிறப்பு பயிற்சி கோவிந்தம்மாளுக்கு அளிக்கப்பட்டது. நவீனரக ஆயுதங்களை ஏந்தி போர் செய்யும் அளவுக்கு தேர்ச்சி பெற்றார்.

போர்முனையில் பெண்களையும் ஆண்களுடன் இணைந்து போரிட வைக்க வேண்டுமென்பது நேதாஜியின் விருப்பம் நோக்கம். ஆண் களுடன் சேர்ந்து போர் முனைக்குச் செல்ல விருப்பம் தெரிவித்த வர்கள் மட்டுமே பர்மாவில் இந்த சிறப்பு பயிற்சிக்கு தேர்வு செய்யப் பட்டிருந்தனர்.

பர்மாவில் சில போர்களில் ஆங்கிலேயர்களை எதிர்த்து கோவிந்தம்மாள் பங்கேற்றார். நேதாஜியின் இறப்புக்குப் பின் இந்திய தேசிய இராணுவம் கலைக்கப்பட்டது.

இதனைத் தொடர்ந்து இந்தியா சுதந்திரம் பெற்ற பின் 1949 ஆம் ஆண்டு கோவிந்தம்மாள் குடும்பத்துடன் தாயகம் திரும்பினார்.

கணவர் அருணாச்சலத்துடன் ஆம்பூரில் கோவிந்தம்மாள் வசித்து வந்தார். அருணாச்சலம் லாரி ஓட்டி வந்தார். 1960 இல் நடந்த ஒரு விபத்தில் அருணாச்சலம் இறந்து போனார்.

கணவரின் இறப்புக்குப் பிறகு பள்ளியில் மதிய உணவு சமைக்கும் பணியில் ஈடுபட்டு தனது 5 குழந்தைகளையும் காப்பாற்றி வந்தார் கோவிந்தம்மாள்.

தமிழக அரசு தியாகிக்கான பென்ஷன் வழங்கி வந்தது. சுதந்திரத்துக் காக போராடியவர்களுக்காக வழங்கப்படும் இலவச வீட்டுமனைப் பட்டா, மத்திய அரசு வழங்கும் எந்த நிதியுதவியும் கோவிந்தம்மாளுக்கு கிடைக்கவில்லை.

நாட்டுக்காக சொத்துக்களை கொடுத்த கோவிந்தம்மாள் 1.12.2016ல் மரணிக்கும் தருவாயில் தனது பெயரில் ஆறடி நிலம்கூட இல்லாமல் மறைந்து போனார்.

❏

5. கிருஷ்ணம்மாள் ஜெகநாதன்

'**வி**டுதலைக்கு மகளிரெல்லாம் வேட்கை கொண்டனம்' என்று பாரதி பெண் விடுதலைக்கு அறைகூவல் விட்ட காலகட்டத்தில் பெண் விடுதலையை விட தாய் நாட்டின் விடுதலை முக்கியம் என்று களத்தில் குதித்தவர் கிருஷ்ணம்மாள் ஜெகன்நாதன் ஆவார்.

தமிழ்நாட்டைச் சேர்ந்த சமூக சேவகி மற்றும் போராளியாக இவர் திகழ்ந்தார். இவரின் கணவர் சங்கரலிங்கம் ஜெகன்நாதன் என இருவரும் சமூக அநீதிகளுக்கு எதிராக காந்திய வழியில் போராடினர்.

உழைக்கும் மக்களின் முன்னேற்றத்திற்கும் நிலமற்ற விவசாய கூலிகளுக்கு நிலத்தைப் பெற்றுத் தருவதிலும் சுற்றுச்சூலை மாசு படுத்தும் தொழிற்சாலைகளுக்கு எதிராகவும் போராடி ஏழை மக்களுக்காகத் தன் வாழ்க்கையை அர்ப்பணித்தார்.

ஆரம்பத்தில் இந்திய விடுதலை போராட்டத்தில் பங்கு பெற்ற இவர் தன் கணவருடன் வினோபா பாவேயின் பூமிதான இயக்கத்தில் பங்கு கொண்டார்.

தன்னுடைய உயரிய சேவைக்காக 2008 இல் ரைட் லவ்லிவுட் விருதைப் பெற்றார். 2020 இல் இந்திய அரசின் பத்மபூசன் விடுதலைப் பெற்றவர் இவர்.

1926 ஆம் ஆண்டு ஜீன் மாதம் 16 ஆம் நாள் திண்டுக்கல் மாவட்டத்தில் உள்ள பட்டிவீன்பட்டி கிராமத்தில் தேவேந்திரகுல வேளாண் குடும்பத்தில் ராமசாமி - நாகம்மாள் தம்பதிக்குப் பிறந்தார் கிருஷ்ணம்மாள்.

இவருடன் சேர்த்து மொத்தம் 12 குழந்தைகள் பட்டி வீரன் பட்டி கிராமத்தில் உள்ள அரசுப் பள்ளியில் 7 ஆம் வகுப்பு வரை படித்தார்.

மதுரையில் பள்ளிப் படிப்பைத் தொடர்ந்தார். அங்கு ஆங்கில கல்வி பயின்றார். டி.வி.எஸ். ஐயங்காரின் மகளான சௌந்திரம்மாளின் இலவச இல்லத்தில் சேர்ந்தார். அதன் பிறகு அமெரிக்கன் கல்லூரியில் படித்தார். அப்போது மதுரை மாவட்டத்தின் முதல் பெண் பட்டதாரியாக கிருஷ்ணம்மாள் இருந்தார்.

ஏழ்மை மற்றும் சமூகநீதி பற்றிய ஆர்வம் வர இவரது தாயார் நாகம்மாளின் பேறுகால இன்னல்கள் காரணமாக இருந்துள்ளன.

1946 ஆம் காந்தி மதுரை வந்த போது அவரால் ஈர்க்கப்பட்டு காந்தியம் மற்றும் சர்வோதய இயக்கத்தில் ஈடுபாடு கொண்டார்.

அங்கு சர்வோதயாவில் பணி செய்த சங்கரலிங்கம் ஜெகனாதனைக் கண்டார். பின்னாளில் அவரது மனைவியானார். சங்கரலிங்கம் ஜெகன்னாதன் வளமையான குடும்பத்தைச் சேர்ந்தவராக இருந்தாலும் 1930 இல் காந்தியின் ஒத்துழையாமை இயக்க அறை கூவலுக்கு செவி மடுத்து அதில் பங்கேற்றார்.

ஒரு கட்டத்தில் கிருஷ்ணம்மாள் காந்தியுடன் மேடையை பகிர்ந்து கொண்டுள்ளார். மேலும் அவர் 1958 இல் மார்ட்டின் லூதர் கிங்கை சந்தித்துள்ளார். 1942 இல் வெள்ளையனே வெளியேறு இயக்கத்தில்

சேர்ந்து பல ஆண்டுகள் சிறையில் இருந்தார்.

சுதந்திர இந்தியாவில் திருமணம் செய்து கொள்ள முடிவு எடுத்த சங்கரலிங்கம் மற்றும் கிருஷ்ணம்மாள் 1950 இல் ஜூலை மாதம் 6 ஆம் நாள் திருமணம் செய்து கொண்டனர்.

பின்னர் அவர் 2006 இல் வேதாரண்யத்தில் உப்பு சத்தியாகிரகத்தின் பவள விழாவிற்கு தலைமை தாங்கினார்.

1950 மற்றும் 1952 இடையே இரண்டு ஆண்டுகளாக சங்கரலிங்கம் ஜெகநாதன் வட இந்தியாவில் வினோபா பாவே பூமிதான இயக்கத்தில் பங்கு கொண்டார். அப்போது ஆறில் ஒரு பங்கினை நிலமற்றவர்களுக்கு தங்கள் நிலங்களிலிருந்து நிலக் கொடையாக வழங்க நிலப் பிரபுக்களைக் கேட்டுக் கொண்டு வினோபா பாவே வுடன் பாத யாத்திரையாக சென்றார்.

இதற்கிடையில் கிருஷ்ணம்மாள் தனது ஆசிரியர் பயிற்சியினை சென்னையில் முடித்தார்.

கிராமத்தில் உள்ள ஏழைகளின் பொருளாதார நிலையை மேம் படுத்துவதும், நிலமற்ற ஏழைகளுக்கு நிலம் வழங்குவதன் மூலம் காந்திய சமுதாயத்தை உருவாக்க முடியும் என்று உறுதியாக நம்பினார்.

நாகை மாவட்டத்தில் கீழ் வெண்மணி என்னும் சிற்றூரில் 42 தாழ்த்தப்பட்ட உழவுத் தொழிலாளர்கள் உடலுடன் கொளுத்தப் பட்ட நிகழ்ச்சி 25.12.1968 இல் நடந்தது. அக்கொடுமையைக் கண்டு 'உழுபவனின் நில உரிமை இயக்கம்' (லாப்டி) என்னும் அமைப்பை தொடங்கினார்.

இறால் பண்ணைகளுக்கு விளை நிலங்கள் காவு கொடுக்கப்படு வதை எதிர்த்துப் போராடினார்கள்.

2013 ஆம் ஆண்டு பிப்ரவரியில் தம் கணவர் மறைந்த பின்னரும் சேவையே வாழ்க்கை என்று உழைத்து வந்தார் கிருஷ்ணம்மாள். அமைதிக்கான நோபல் பரிசுக்கும் இவரது பெயர் பரிந்துரைக்கப் பட்டுள்ளது.

இவருக்கு சுவாமி பிரணவானந்தா அமைதி விருது (1987), ஜம்னலால் பஜாஜ் விருது (1968), பத்மஸ்ரீ விருது (1989) பகவான் மகாவீர் விருது (1996), சம்மிட் பௌன் டேசன் விருது சுவிட்சர்லாந்து (1999) ஓப்ஸ் விருது - சியாட்டில் பல்கலைக்கழகம் (2008), மாற்று நோபல் பரிசு, ரைட் லவ்லிஹுட் விருது, பத்ம பூஷண் (2020) ஆகிய விருதுகள் வழங்கப்பட்டுள்ளன.

கிருஷ்ணம்மாள் ஜெகநாதன் தம்பதியினரின் சேவையை மையக் கருத்தாகக் கொண்டு, அரவிந்த் மாக் இயக்கத்தில் சையதுயாஸ் மீனால் தயாரிக்கப்பட்ட 'தட் பையர்டு ஸோல்' என்ற குறும்படம் 2014 ல் சென்னை சர்வதேச குறும்பட விழாவில் திரையிடப்பட்டது.

திண்டுக்கல் அருகே உள்ள அம்பாதுரை கிராமத்தில் காந்தி கிராம தொழிலாளர்களுக்காக கணவருடன் இணைந்து ஓர் ஆசிரமத்தை நடத்தி வந்தார். கிராமம் கிராமமாக சென்று தாழ்த்தப்பட்ட ஏழை விவசாயிகளின் நலன்களுக்காக தொண்டாற்றினார்.

அரசின் திட்டங்கள் தன் 'லாப்டி' அமைப்பு நிதி மூலமாக 2500க்கும் மேற்பட்ட வீடுகளை கட்டிக் கொடுத்தார். இளைஞர்கள் மகளிருக்கு தையல், கணினிப் பயிற்சி, தச்சுத் தொழில்,இயற்கை உரம் உள்ளிட்ட பல்வேறு தொழில் பயிற்சிகள் அளித்து வருகிறார்.

ஆதரவற்ற குழந்தைகளுக்கான தங்கள் விடுதிகள் அமைத்தல், ஏழைப் பெண்களுக்கு கறவை மாடுகள், ஆடுகள் வழங்குதல், மது விலக்குப் பிரச்சாரம் உள்ளிட்ட ஏராளமான சமூகப் பணிகளில் ஈடுபட்டு வருகிறார்.

தனது நட்பு வட்டம், தொடர்புகள் செல்வாக்கு அனைத்தையும் ஏழைகளுக்கான உரிமைகள், நிலங்கள் பெற்றுத் தருவதற்காகவே பயன்படுத்தி வருபவர். தனக்கு கிடைத்த பரிசுத் தொகையையும் கூட அவர்களுக்கு வீடு கட்டித் தருவதற்காகவே பயன்படுத்தினார். தாட்கோ திட்டத்தின் கீழ் கடன் வாங்கி ஒரு நபருக்கு ஒரு ஏக்கர் நிலம் எனப் பெற்றுத் தந்தார்.

தனக்கு விடப்பட்ட சவாலை ஏற்று ஒரே நாளில் 1040 ஏக்கர் நிலத்தை ஏழை விவசாயிகளின் பெயரில் பதிவு செய்தது உட்பட

மொத்தம் 13500 ஏக்கர் நிலங்களை அதுவும் மகளிர் பெயரில் பெற்றுத் தந்துள்ளார்.

கிருஷ்ணம்மாள் ஜெகநாதன் நிலமற்ற தலித் குடும்பத்தில் பிறந்தவர். குடும்பத்தின் வறுமை இருந்தபோதிலும் அவர் பல்கலைக்கழக அளவிலான கல்வியைப் பெற்றார்.

காந்திய சர்வோதய இயக்கத்தின் மூலம் தனது கணவர் ஜெகநாதனை சந்தித்தார். சங்கரலிங்கம் ஜெகநாதன் ஒரு பணக்கார குடும்பத்திலிருந்து வந்தவர். ஆனால் ஒத்துழையாமை மற்றும் கீழ்ப்படியாமைக்கான காந்தியின் அழைப்பை ஏற்று 1930 இல் தனது கல்லூரி படிப்பை கைவிட்டார்.

அவர் 1942 இல் வெள்ளையனே வெளியேறு இயக்கத்தில் சேர்ந்தார். 1947 இல் இந்தியா சுதந்திரம் பெறுவதற்கு முன்பு மூன்றரை ஆண்டுகள் சிறையில் கழித்தார்.

சங்கரலிங்கம் ஜெகநாதன் 2013 ஆம் ஆண்டு பிப்ரவரி 12 ஆம் தேதி தமது 100 வது வயதில் காலமானார்.

❐

6. ஜல்காரி பாய்

ஜல்காரி பாயின் வீரவரலாறு பல நூற்றாண்டுகள் கடந்த பின்னரும் கூட பந்தேல் கண்டில் இன்றும் நினைவு கூறப்பட்டு வருகின்றது.

பந்தேல் கண்ட் பகுதியைச் சேர்ந்தவர்கள் பாடும் நாட்டுப்புறப் பாடல்கள் எல்லாம் ஜல்காரி பாயின் வாழ்க்கை வரலாற்றையும் பிரித்தானிய கிழக்கிந்திய நிறுவனத்தின் படையை எதிர்த்துப் போரிட்ட வீரத்தையும் சொல்கின்றன.

விவசாயிகளான சடோபா சிங் - ஜமுனாதேவி தம்பதி யினருக்குப் பிறந்தவர் ஜல்காரிபாய். இவர் 1830 ஆம் ஆண்டு நவம்பர் 22 ஆம் தேதி ஜான்சிக்கு அருகிலுள்ள போஜ்லா எனும் கிராமத்தில் பிறந்தார்.

சிறுவயதிலேயே இவரது தாயான ஜமுனாதேவி இறந்து விட்டார். அதன் பின்னர் சடோபா சிங் இவரை ஓர் ஆணைப் போல் வளர்த்தார்.

ஜல்காரிபாய் குதிரையேற்றத்தையும் ஆயுதங்களைக் கையாளும் விதத்தையும் அறிந்து கொண்டார். அக்கால சமூக நிலைமையின் படி ஜல்காரிபாய் முறையான கல்வியைப் பெறவில்லை.

ஆயினும் விரைவிலேயே நன்றாகப் பயிற்சிப் பெற்ற வீராங்கணை யாக வந்தார். காட்டிலே ஒரு புலியால் தாக்கப்பட்ட போது, தனது கோடரியைப் பயன்படுத்தி புலியைக் கொன்றதிலிருந்து பந்தேல் கண்டில் ஜல்காரிபாயின் புகழ் பரவத் தொடங்கியது.

மற்றொரு சந்தர்ப்பத்தில் செல்வந்தர் ஒருவர் வீட்டில் கொள்ளை யிட வந்த ஆயுத தாரிகளிடம் சவால் விட்டு அவர்களை பின் வாங்கச் செய்தார்.

ஜல்காரிபாய் தோற்றத்தில் ராணி லட்சுமிபாய் போலவே இருந்தார். இச்சந்தர்ப்பத்தில் ராணி லட்சுமிபாயின் பீரங்கிப் படையைச் சேர்ந்த பூரண் சிங்கை ஜல்காரி பாய் திருமணம் செய்து கொண்டார்.

பூரண்சிங் ஜல்காரிபாயை ராணி லட்சுமி பாயிடம் அறிமும் செய்து வைத்தார். இதன் பின்னர் ஜல்காரிபாய் ராணி லட்சுமி பாயின் பெண்கள் படையில் இணைந்து கொண்டார்.

ஜான்சி ராணியின் படையில் இணைந்ததிலிருந்து போர் முறைகளின் அனைத்துப் பிரிவுகளிலும் மேலும் நிபுணத்துவத்தைப் பெற்றுக் கொண்டார் ஜல்காரிபாய்.

துப்பாக்கி சுடுவதிலும் பீரங்கிகளை இயக்குவதிலும் தனது திறமையை வளர்த்துக் கொண்டார். பார்ப்பதற்கு தன்னைப்

போலவே இருப்பதால் ராணி லட்சுமி பாய்க்கு ஜல்காரிபாயின் மீது ஒரு கரிசனம் உண்டாயிற்று.

ராணி லட்சுமிபாய்க்கு மிகவும் பிடித்த போர் வீராங்கனையாக விளங்கினார் ஜல்காரிபாய்.

1857-58 ஆம் வருடங்களில் ஜான்சி கோட்டையின் மீது ஆங்கிலேய அரசு பல முறை படை எடுத்தது. ஒவ்வொரு முறையும் ராணி லட்சுமிபாய் அந்தப் படையெடுப்புகளை சாமார்த்தியமான எதிர்கொண்டு முறியடித்தார்.

1857 ஆம் ஆண்டு இந்திய சிப்பாய் கிளர்ச்சியின்போது 1858 ஆம் ஆண்டு ஏப்ரல் 3 ஆம் தேதி ஹீரோஸ் பாரிய படையுடன் வந்து ஜான்சியை முற்றுகையிட்டார்.

ராணி லட்சுமிபாய் பாரிய படையை எதிர்த்து போர் புரியக்கூடிய நிலையில் இல்லை. அவர் கல்பியிலுள்ள ஏனைய புரட்சி படைகளுடன் இணைவதாக திட்டம் போட்டிருந்தார்.

இதனையடுத்து ஜல்காரிபாய் தான் ஜான்சிராணி போல் முன்னின்று போர் புரிவதாகவும் அச்சந்தர்ப்பத்தில் ராணி லட்சுமிபாய் கோட்டையை விட்டுத் தப்பிச் செல்ல முடியும் என்று ஒரு வேண்டுகோளை ராணி லட்சுமிபாயிடம் முன் வைத்தார்.

ஜல்காரிபாயும் பெண் படையைச் சேர்ந்த சிலரும் ராணி லட்சுமி பாயை மிகுந்த முயற்சிகளுக்கு பிறகு தப்பிச் செல்ல வைத்தார்கள்.

ஏப்ரல் 4 ஆம் தேதி இரவில் ராணி லட்சுமிபாய் கோட்டையிலிருந்து தப்பித்து கல்பிக்கு விரைந்து சென்றார்.

அதே சமயத்தில் ஜல்காரிபாய் ராணி லட்சுமிபாயைப் போல உடை அணிந்து கொண்டு படைக்கு தலைமை தாங்கியபடி ஹீரோஸின் முகாமுக்கு சென்றார்.

ஜல்காரிபாய் மிகுந்த பராக்கிரமத்துடன் ஆங்கிலேயப் படையுடன் சண்டையிட்டார். ஆனால் கடைசியில் அவர்களிடம் பிடிபட்டார்.

ஆங்கிலேய அதிகாரிகள் ராணி லட்சுமி பாயைத்தான் தாங்கள் உயிருடன் பிடித்ததாக எண்ணி ஜல்காரிபாயிடம் அவரை என்ன செய்ய வேண்டும் என கேட்டனர்.

ஜல்காரிபாய் துணிச்சலுடன் தூக்கிலிடுங்கள் என்று கூறினார். ஆனாலும் ஆங்கிலேயர் உண்மையை சிறிது தாமதமாக அறிந்து கொண்டனர்.

ஆனால் அதற்குள் ராணி லட்சுமிபாய் நீண்ட தூரம் சென்றிருந்தார். ஆங்கிலேய அதிகாரிக்கு ஜல்காரிபாயின் வீரமும் எஜமான விசுவாசமும் மிகவும் பிடித்துப் போயிற்று. ஆகவே அவர் ஜல்காரி பாயை மிகுந்த மரியாதையாக நடத்தி விடுதலையும் செய்தார்.

ஒரு சில ஆய்வாளர்கள் ஜல்காரிபாய் அந்தப் போரிலேயே இறந்து விட்டதாகவும் கூறுகின்றனர்.

தன் இன்னுயிரை துச்சமென மதித்து தேச விடுதலைக்காகவும், விடுதலை வேண்டி வீரமுடன் போரிட்ட பெண்ணரசி ஜான்சிராணி யின் உயிரைக் காத்துக் நின்ற பெண்மணி ஜல்காரிபாய்.

ஆங்கிலேய ஆட்சியாளரின் கண்களில் பயத்தை வரவழைத்த பெண் வீராங்கனை மணிகர்னிகா என்று பெயர் சூட்டப் பெற்று மனுபாய் என்று அன்புடன் அழைக்கப் பெற்று பின்னர், ஜான்சிக்கு ராணியாகி லட்சுமிபாய் என்று வழங்கப்பட்டவர் ஜான்சிராணி லட்சுமிபாய் ஆவார்.

இந்த ஜான்சி ராணியின் உயிரைக் காத்த ஜல்காரிபாயின் தன்னலமற்ற பணியினையும் தியாகத்தினையும் போற்றும் வகையில் இவருடைய தலையினை வெளியிட்டு இந்திய அரசு இந்த வீராங்கனைக்கு சிறப்பு சேர்த்தது.

இந்த வீரமங்கையின் வீர வரலாறு பந்தேல் கண்டில் நினைவு கூறப்பட்டு விழாவாக கொண்டாடப்படுகிறது.

7. கேப்டன் லட்சுமி சாகல்

லட்சுமி சாகல் தனது கொள்கைகளில் ஒரு போதும் சமரசம் செய்து கொள்ளாத தாலும் டெல்லி அமைச்சரவையில் சேர மறுத்ததாலும் தான் அவருக்கு தேசிய கதா நாயகி என்ற அதிகாரப் பூர்வ அங்கீகாரம் மறுக்கப்பட்டது.

எழுபதுகளின் முற்பகுதியில் சிபிஐ (எம்) இல் இணைந்த அவர் மிகவும் பிரபலமான தலைவராக இருந்தார்.

அவர் பெண்கள் உரிமைகளுக்காகப் போராடினார். கான்பூர் தொழிற்சங்கங்களுடன் இணைந்து பணியாற்றினார்.

லட்சுமி சாகல் மக்களுக்கு சேவை செய்வதை விரும்பினார். நாட்டிற்கு சேவை செய்ய தேர்தல் அரசியலில் நுழைய வேண்டிய அவசியமில்லை என்பதை அவர் தனது வாழ்க்கையின் மூலம் காட்டினார்.

லட்சுமி சாகல் தனது வாழ்நாள் முழுவதும் சுபாஷ் சந்திரபோஸின் தீவிர ஆதரவாளராக இருந்தார். சில ஆண்டுகளுக்கு முன்பு மும்பையில் நடந்த ஒரு கருத்தரங்களில் அவர் நேதாஜியைப் பற்றி ஒரு சொற்பொழிவு செய்தார்.

அவரைப் பற்றி பேசும் போது லட்சுமி சாகல் மிகவும் உணர்ச்சி வசப்படுவதை பார்க்க முடிந்தது.

2002 இல் ஜனாதிபதி தேர்தலில் ஏ.பி.ஜே. அப்துல் கலாமை எதிர்த்து நான்கு இடதுசாரி கட்சிகளும் கேப்டன் லட்சுமி சாகலை வேட்பாளராக முன்னிறுத்திய போது அவர் வெற்றி பெற மாட்டார் என்பது அவர்களுக்கு தெரியும்.

ஆனால் அப்போது 87 வயதான லட்சுமி சாகலிடம், ஒரு பெரிய அரசியல் சண்டைக்காக தேர்தலில் போட்டியிட வேண்டியது

அவசியம் என்று கூறி அவரைச் சம்மதிக்க வைத்தார்கள். அப்போது ஒரு அசதாரணமான பெண் ஜனாதிபதியாக வருவதற்கான ஒரு நல்ல வாய்ப்பை இந்தியா இழந்தது உண்மை!

இந்தியாவிற்கான சுதந்திரத்தை ஆங்கிலேயர்களுடன் பேச்சு வார்த்தை நடத்துவதன் மூலம் பெற முடியாது. ஆயுதமேந்தினால் தான் இந்தியா சுதந்திரம் அடையும் என இந்தியாவுக்கு ஒரு தனி ராணுவத்தை அமைக்க சுபாஷ் சந்திரபோஸ் அழைப்பு விடுத்த போது பெயர் கொடுத்த பெண்களில் முன்னோடி கேப்டன் லட்சுமி சாகல்.

ஒரு ராணுவ வீராங்கனையாக தன் வாழ்க்கையைத் தொடங்கி, மருத்துவராக சேவையாற்றி, மனிதத்தைப் பேசி, மருத்துவக் கல்லூரிக்கு தன் உடலை தானம் செய்து உலகை விட்டுப் பிரிந்த வீரப் பெண்மணி தான் லட்சுமி சாகல்.

1943 ஆம் ஆண்டு நேதாஜியால் தொடங்கப் பெற்ற இந்திய தேசிய இராணுவத்தில் பெண்கள் பிரிவான ஜான்சிராணிப் படைப்பிரிவின் தலைமைப் பொறுப்பில் இருந்தவர் கேப்டன் லட்சுமி சாகல்.

இருபது சிங்கப்பூர் பெண்களைக் கொண்டு அமைக்கப்பட்ட இப்படையில் பின்னால் 1500 பெண்கள் வரை சேர்ந்தனர்.

நேதாஜியின் ஆசாத் ஹிந்த் அரசின் ஒரே பெண் அமைச்சராக இருந்தவர் இவர்.

இரண்டாம் உலகப் போரில் பிரித்தானியப் படைக்கு எதிரான நாடு களை குறிப்பாக ஜெர்மனி, இத்தாலி ஆகிய நாடுகளின் ஆதரவுடன் இந்திய சுதந்திரத்தை அடைய விரும்பிய சுபாஷ் சந்திரபோஸ் அந்நாடுகளிடம் உதவி கேட்டார்.

ஜெர்மனி, இத்தாலி உதவி கிடைக்காமல் போகவே, ஜப்பான் போக முடிவு செய்து போர்க்காலத்தில் நீர் மூழ்கி கப்பல் மூலம் ஜப்பான் சென்று ராணுவ ஜெனரல் டோஜோவை சந்தித்து உதவி கேட்டார்.

பிரித்தானிய அரசுக்கு எதிராக உருவாகி செயல்படாமல் இருந்த இந்திய தேசிய ராணுவத்தை மீள் உருவாக்கம் செய்து அதன்

தலைவரானர் சுபாஷ் சந்திர போஸ்.

சுதந்திரத்துக்கு போராடி நாட்டிற்காக உயிர்தர இளைஞர்கள் வேண்டுமென ஆட்கள் திரட்டி பயிற்சி அளிக்கப்பட்டது.

1943 அக்டோபர் 21 இல் சிங்கப்பூரில் நேதாஜி ‘ஆசாத் இந்த்’ ன்ற சுதந்திர அரசினை பிரகடனம் செய்தார். டிசம்பர் 29 இல் அரசின் தலைவராக தேசிய கொடியை ஏற்றினார். அவற்றை ஜப்பான், இத்தாலி, ஜெர்மனி, சீனா உட்பட 9 நாடுகள் ஆதரித்தன.

பிரதமர் பதவியையும் பிரதம படைத்தளபதி பொறுப்பையும் போஸ் ஏற்றார். பெண்கள் படையின் தளபதியாக தமிழ்ப் பெண் ணான மேஜர் லட்சுமி சுவாமிநாதன் நியமிக்கப்பட்டார்.

சுதந்திர அரசாங்கம் அமைக்கப்பட்ட இரண்டு நாட்களில் பிரிட்ட னுக்கும், அமெரிக்காவுக்கும் எதிரான போர்ப் பிரகடனத்தை நேதாஜி வெளியிட்டார்.

அரசாங்கத்தையும், ராணுவத்தையும் குறுகிய காலத்தில் வலுப் படுத்தினார். தேசிய அரசாங்கம் போரை நடத்தியதுடன் நில்லாது, பல பள்ளிக் கூடங்களைத் திறந்தது. புதிய நாணயங்களை வெளி யிட்டது, பத்திரிக்கைகளை நடத்தியது.

சுதந்திர அரசாங்கத்தின் தலைமையகம் முதலில் சிங்கப்பூரில் இருந்து பிறகு ரங்கூனுக்கு மாறியது. இந்த அரசாங்கத்தின் கிளை அலுவலகங்கள் பல்வேறு தென்கிழக்கு ஆசிய நாடுகளில் அமைக்கப் பட்டன.

நேதாஜியின் சுதந்திர அரசுக்கு, ஐப்பான், பிலிப்பைன்ஸ், ஜெர்மனி, இத்தாலி, அயர்லாந்து முதலிய நாடுகள் அங்கீகாரம் அளித்தன.

அத்தகைய ஆசாத் ஹிந்த் அரசின் ஒரே பெண் அமைச்சராக நியமிக்கப்பட்ட லட்சுமி சுவாமிநாதன் இந்திய அரசின் மிக உயரிய விருதான பத்மபூஷன் விருது பெற்றவர்.

இவர் அக்காலத்தில் சென்னை மாகாணம் பகுதியைச் சேர்ந்தவர். அடிப்படையில் ஒரு மருத்துவரா இவர் இரண்டாம் உலகப் போருக்குப் பின்பு இந்திய மேலவையில் உறுப்பினராகப்

பணியாற்றியுள்ளார். 2002 ல் இந்திய குடியரசுத் தலைவர் தேர்தலில் அப்துல்கலாமை எதிர்த்துப் போட்டியிட்டு தோல்வியடைந்தார்.

சுவாமிநாதன், அம்மு தம்பதியினருக்கு 1914 ஆம் ஆண்டு அக்டோபர் திங்கள் 24 ஆம் நாள் இலட்சுமி மகளாகப் பிறந்தார்.

இவரது தந்தையார் சுவாமிநாதன் சென்னை உயர்நீதி மன்றத்தில் வழக்குரைஞராக இருந்தவர். மேலும் அமெரிக்காவில் வானியல் துறையில் முனைவர் பட்டமும் சிறந்த கணிதவியல் நிபுணர் என்ற தகுதியும் பெற்றவர். அத்துடன் குற்றவியல் வழக்கறிஞர் என்ற பெரு மதிப்பும் பெற்றவர்.

இவரது தாயார் அம்மு சுவாமிநாதன் கேரள மாநிலம் பாலக்காட்டில் சமூக சேவகராக இருந்தவர். இளம் வயதிலேயே லட்சுமியின் மனதில் சமுதாய சமத்துவம், நாட்டு விடுதலை ஆகிய லட்சியங்கள் இடம் பெற்றன.

லட்சுமி ஒன்பதாம் வகுப்பில் பயிலும் போதே மருத்துவம் பயில வேண்டும் என்று தீர்மானித்தார்.

ஆங்கில அறிவின் மேன்மை காரணமாக ஆங்கில மிசினரி பள்ளியில் சேர்ந்து படிக்கும் வாய்ப்பு பெற்றும், அங்கு மருத்துவக் கல்விக்கு தேவையான பாடங்கள் செம்மையாகப் போதிக்கப்படவில்லை என்று லேடி லிவிங்ட்டன் ஆசிரியப் பயிற்சிக் கல்லூரியின் பள்ளியில் கல்வியைத் தொடர்ந்தார்.

1938 இல் சென்னை மருத்துவக் கல்லூரியில் எம்.பி.பி.எஸ் பட்டம் பெற்றார்.

1942 இல் பிரித்தானிய - ஜப்பானிய போரில் காயம் அடைந்தவர் களுக்கு மருத்துவ உதவிகள் செய்தார்.

1943 இல் நேதாஜியின் இந்திய தேசிய ராணுவத்தின் பெண்கள் பிரிவான ஜான்சிராணி படையில் சேர்ந்தார். இப்படை ஆசியாவில் தொடங்கப்பட்ட முதல் பெண்கள் படையாக கருதப்பட்டது.

ராணி மேரி கல்லூரியில் பயிலும் போது கதர் மட்டும் அணியும் தீவிர காங்கிரஸ் இளைஞர் அணியின் உறுப்பினரானார்.

ஒரு முறை லட்சுமி, பகத்சிங் வழக்குக்கு கல்லூரியில் நிதி திரட்டுவதில் தீவிரமாக ஈடுபட்டார். அதே 1930 ஆம் ஆண்டில் அறப்போராட்டத்தில் மறியலில் ஈடுபட்டதற்காக கைது செய்யப் பட்டு ஒருநாள் முழுவதும் சிறையில் இருந்தார்.

அக்காலத்தில் கவிக்குயில் என்றழைக்கப்பட்ட சரோஜினி நாயுடு வின் உடன் பிறந்தவரான சுகாசினி நம்பியார், மீரட் சதி வழக்கில் தொடர்பு கொண்டவராகக் குற்றம் சாட்டப்பட்டு லட்சுமியின் வீட்டில் தலைமறைவாக இருந்தார்.

பொதுவுடைமை வாதியான அவரிடமிருந்து லட்சுமி மார்க்சிய தத்துவம் பற்றியும், ரஷ்யப் புரட்சி பற்றியும் பல நூல்களை வாங்கிப் படித்தார். சமுதாய மாற்றம் புரட்சியினால்தான் சாத்தியமாகும் என்ற கருத்து ஆழமாக அவர் மனதில் இடம் பெற்றது.

அத்தகைய ஓர் ஆயுதப் புரட்சியே அரசியல் விடுதலைக்கு உகந்த தாகும் என நம்பலானார். எனவே தனது தாயைப் பின்பற்றி காந்தி யின் அகிம்சைக் கொள்கைகளில் ஈடுபட்டிருந்த லட்சுமி மேலும் அதில் ஈடுபடாமல் மருத்துவக் கல்வியை முடித்தார்.

1939-40 களில் இரண்டாம் உலகப் போர் மூண்ட போது தீவிரக்கதர் இயக்கங்களில் ஈடுபட்டோர்களின் வாரிசுகளும் போராட்டத்தில் ஈடுபட்டனர்.

ஆனால் பிரித்தானியாவின் போர் சேவைக்காக இராணுவத்தில் பணி செய்ய லட்சுமியின் மனது இசையவில்லை.

லட்சுமியின் தாயாரும் தங்கையும் அமெரிக்காவில் இருந்தனர். தனது தந்தையையும் 1930 இல் இழக்க நேரிட்டது. சென்னையில் எந்த பிடிப்பும் இல்லாமல் வாழ்க்கையை கழித்து வந்த லட்சுமி தனது உறவினர் ஒருவருக்கு மருத்துவர் என்ற நிலையில் உதவி செய்ய 1940இல் சிங்கப்பூர் சென்றார்.

எளிய தென்னிந்திய தொழிலால் பெண்கள் நிறைந்த அந்த சூழலில் நல்ல இந்தியப் பெண் மருத்துவர் இல்லை என்று கண்டார். அங்கேயே தங்கி தன் மருத்துவ சேவையில் ஈடுபடலானார். சிங்கப்பூரில் ஏழைகளுக்காக மருத்துவமனை தொடங்கினார். வெகு விரைவிலேயே ஒரு நல்ல மருத்துவர் எனப் புகழ் பெற்றார்.

1941 இல் சிங்கப்பூரை ஜப்பானியர் தாக்கினர். பிரித்தானியப் படை பின் வாங்கியது. பிரித்தானிய இந்தியப் படையின் மிகப் பெரிய தளமான பஞ்சாப் தளம் ஜப்பான் படையிடம் சரணடைந்தது.

சரணடைந்த இப்படையிலிருந்து படைவீரர்கள் தளபதிகள், கைப்பற்றிய போர்த்தள வாடங்கள் ஆகியவற்றைக் கொண்டு உருவானதே இந்திய தேசிய ராணுவம் ஆகும்.

இதில் பொதுமக்கள் யாரும் இல்லாததால் ராஷ் பிகாரி போஸ் பொதுமக்களுக் கென்று இந்திய சுதந்திர லீக் என்ற ஓர் அமைப்பை தோற்றுவித்து செயல்படுத்தி வந்தார். இதன் சிங்கப்பூர் கிளையில் அதி தீவிர உறுப்பினராக இருந்த மாத்ரு பூமி என்ற கேரள இதழைத் தோற்றுவித்த கே.பி.கே. மேன் என்பவரின் நட்பு லட்சுமிக்கு கிடைத்தது.

இந்நட்பின் மூலம் இந்தியச் சுதந்திர லீக்கின் முக்கிய உறுப்பினராக இணைந்தார்.

1942 இல் பிரித்தானிய ஜப்பானிய போரில் காயம் அடைந்தவர் களுக்கு மருத்துவ உதவிகள் செய்து வந்தார் லட்சுமி.

தொலைவிலிருந்து சிங்கப்பூருக்கு வரும் அகதிகளையும், நோயாளி களையும் பராமரிக்கும் பொறுப்பை ஏற்றார். இந்திய சுதந்திர லீக்கின் பிரச்சாரப் பிரிவின் சார்பில் இதழ்களுக்கு கட்டுரை எழுதினார்.

இந்தியாவுக்கு வானொலி மூலம் செய்திகளை ஒலிபரப்பும் பணி யிலும் தம்மை ஈடுபடுத்திக் கொண்டார். அத்துடன் மகளிர் பிரிவையும் பராமரித்தார்.

இந்திய சுதந்திர லீக்கின் அழைப்பில் பேரில் 1943 இல் சுபாஷ் சந்திர போஸ் சிங்கப்பூர் வந்தார். அப்போது இந்திய சுதந்திர லீக்கின் சிங்கப்பூர் கிளைக்கு எல்லப்பா என்பவர் தலைவராக இருந்தார்.

அவரிடம் லட்சுமி இந்திய சுதந்திரப் போராட்டத்தில் தான் ஒரு முக்கிய பொறுப்பேற்க தயாராக இருப்பதாகத் தெரிவித்தார்.

அதே நேரம் நேதாஜியும் ஜான்சிராணி படை என்ற பெயரில் பெண் களும் ஆயுதப் போராட்டத்தில் சமமாகப் பங்கேற்க வேண்டும் என

அழைப்பு விடுத்தார்.

மறுநாள் நேதாஜியுடன் இரவு உணவு உண்ண லட்சுமிக்கு அழைப்பு வந்தது. இப்படைக்கு தலைமையேற்கும் தனது இசைவைத் தெரிவித்தார் லட்சுமி.

சுபாஷ் சந்திர போஸ் அடுத்த செய்ய வேண்டிய ஏற்பாடுகளையும் தெரிவித்தார். உங்கள் சேவை உடையையும், நீண்ட கூந்தலையும் வைத்துக் கொள்ள முடியாது என்றும் நேதாஜி நினைவுறுத்தினார். தனது நட்பு, பாசம் ஆகிய தொடர்புகளை விட்டு, நாட்டுக்காகத் தமக்குத் தாமே என்று உறுதி கொண்டார் லட்சுமி.

1943 இல் நேதாஜியின் இந்திய தேசிய ராணுவத்தின் பெண்கள் பிரிவான ஜான்சிராணி படையைத் தொடங்கினார். இப்படை ஆசியாவில் தொடங்கப்பட்ட முதல் பெண்கள் படையை உருவாக்குவதை ஜப்பானியர் விரும்பவில்லை.

விலையுயர்ந்த தளவாடங்கள், பெண்கள் ராணுவம் எனச் செல வழிப்பது வீண் எனக் கருதினர். ஆயினும் கிழக்காசியாவில் பல லட்சக்கணக்கான மக்கள் தங்கள் உடமைகளைத் தந்தனர். பெண்கள் ஜான்சிராணி படையில் சேர முன்வந்து பெயர் கொடுத் தனர்.

லட்சுமி படைத்தளபதியாக மட்டுமின்றி பெண்கள் நலனுக்காக ஓர் அமைச்சராகவும் பொறுப்பேற்றார்.

சிங்கப்பூரிலேயே ஐந்நூறு பெண்களைத் தேர்ந்தெடுத்து முதலில் ஜான்சிராணி படை துவக்கப்பட்டது. ஆனால் மலேசியா - கோலாலம்பூர் போன்ற இடங்களில் இருந்தும் மகளிர் இதில் பங்கு கொள்ள வந்தனர். இவர்களுள் ஆர். லட்சுமி தேவி, தேவயானி, ஜானகி, எம்.எஸ். தேவர் பாப்பாத்தி போன்ற சிலரும் அடங்குவர்.

பயிற்சி முடிந்ததும் ஜான்சிராணி படை சிங்கப்பூரிலிருந்து பர்மாவை நோக்கிப் பயணமாயிற்று. அங்கிருந்து படை டெல்லியை நோக்கி போர் முனைக்குச் செல்லும். லட்சுமி இந்தக் கடும்போரில் பங்கேற்றார். ஆனால் ஜான்சி ராணி படை இந்திய பர்மிய எல்லை யிலேயே நிறுத்தி வைக்கப்பட்டது.

அங்கு கொரில்லாப் படையினரின் தாக்குதலைச் சமாளித்தனர். உணவு மற்றும் போர்ச் சாதனங்கள் வந்து சேரும் பாதை முடங்கிற்று. பசியின் கொடுமையால் காட்டில் கிடக்கும் பழங்களை உண்டதால், அதன் நச்சுத் தன்மை காரணமாக வயிற்றுப்போக்கு, வாந்தி முதலியன ஏற்பட்டது.

இந்நிலையில் போரில் சமாளிக்க முடியாத நேதாஜி பெண்கள் படை எதிரிகள் வசம் அகப்படக் கூடாது என்பதற்காக படையினை மலேயாவுக்குத் திரும்ப ஆணை பிறப்பித்தார். ஆனால் லட்சுமி மறுத்து விட்டார்.

1945 ஜூலை முதல் நாள் படையினருடைய வேதனைகளையும், நோவையும் ஆற்ற சிகிச்சை தேவை என உணர்ந்த லட்சுமி அங்குஷா எஸ்டேட் என்ற இடத்தில் இந்திய தேசிய இராணுவத்தினரும் சேர்ந்து உருவாக்கப்பட்டிருந்த ஓர் மருத்துவமனையில் அவர்களுக்கு சிகிச்சையில் ஈடுபட்டிருந்தார்.

அப்போது அங்கு வந்த நேதாஜி லட்சுமியை தன்னுடன் திரும்ப வந்து விடும்படி அழைத்தார். ஆனால் லட்சுமி பிடிவாதமாக மறுத்து விட்டார்.

மருத்துவமனை என்பதைக் குறிக்க செஞ்சிலுவை அடையாளம் வைக்கப்பட்டிருந்தும் கூட அன்றிரவே மருத்துவமனை வான் குண்டு வீச்சுக்கு இலக்காயிற்று. மருத்துவமனை தரை மட்டமாயிற்று.

விமானத்தைப் பார்த்ததும் பதுங்கு குழியில் மறைந்ததால் லட்சுமி உயிர் தப்பினார். தளபதி எல்லப்பா மிகக் கடுமையாகப் பாதிக்கப்பட்டார்.

தப்பிக்கும் முயற்சியால் ஆங்கிலேய கொரில்லாப் படையின் குண்டு வீச்சால் மேலும் சிலர் கொல்லப்பட்டனர். படைத்தளபதி லட்சுமி போர்க் கைதியாக்கப்பட்டு தனிமைப்படுத்தப்பட்டார். பிரித்தானிய இராணுத்தினரால் லட்சுமியை எந்தப் பிரிவில் குற்றம் சாட்டுவது என முடிவு செய்ய முடியவில்லை.

ஏனெனில் இந்திய இராணுவத்தில் இருந்து வந்த அதிகாரி யாகவோ, பர்மியராகவோ இல்லை. இந்திய சுதந்திர அரசின் ஓர் அங்கமாக அமைச்சராக இருந்தவர்.

எனவே சிறிது காலம் ரங்கூனில் ஆங்கிலோ பர்மியர் வசிக்கும் பகுதியில் அவரை விட்டு வைத்தனர்.

அங்கு தனது நண்பரான கியான்புரி என்ற பெண் மருத்துவருடன் சிசிக்சையகம் சென்று காலம் கழித்தார். எனினும் இவரின் நடவடிக்கைகள் கண்காணிக்கப்பட்டன.

1945 இல் இந்திய தேசிய ராணுவ வீரர்கள் ஓரிடத்தில் கூடினர். அதில் இந்தியாவில் இருந்து வந்த மூன்று இதழியலாளர்களும் இருந்தனர்.

இச்செய்தி பிரித்தானிய இராணுவத் தலைமைக்கு எட்டியது. உடனே லட்சுமியைக் கைது செய்து 'கலாப்' என்ற இடத்தில் வைத்தனர். விசாரணை எதுவும் நடத்தப்படாமல் இவரை இந்தியா வுக்கு அனுப்பி வைத்தனர்.

கல்கத்தா வந்து சேர்ந்த லட்சுமி அங்குள்ள காவல் நிலையத்தில் தன் வருகையை பதிவிடச் சென்றார். அங்கிருந்து அவர்கள் நேதாஜியின் சகோதரியின் மகள் வீட்டுக்கு அனுப்பி வைத்தனர்.

1947 ஆம் ஆண்டில் இந்தியா விடுதலை பெற்ற பிறகு ஆங்கிலேயப் படையில் இருந்து பின்னர், இந்திய தேசிய இராணுவத்தில் அருந் தொண்டாற்றிய தன்னுடைய சக போராளி கலோனல் பிரேம் குமார் சாகல் என்பவரை லட்சுமி மணந்து கொண்டார். பிறகு கான்பூரில் குடியேறினார்.

லட்சுமி சாகல் 1971 இல் இந்திய மார்க்சிஸ்ட் கட்சியின் மாநிலங் களவைப் பிரதிநிதியாக தேர்ந்தெடுக்கப்பட்டார். அகில இந்திய ஜனநாயக மாதர் சங்கத்தின தலைவர்களில் ஒருவராகவும் விளங்கி னார்.

1972 இல் பங்களாதேசப் போர் நடைபெற்ற போது வங்காள கவர்னராக இருந்த பத்மசா நாயுடு என்பவருடன் கடிதம் மூலம்

அனுமதி பெற்று வலிய உதவி செய்யச் சென்றார்.

போரில் சேதமடைந்தவர்களின் நிவாரணப் பணிக்கு நிதி திரட்டி அளித்தது மட்டுமின்றி, தாமே சென்று போர்ச் சூழலில் மருத்துவப் பணியாற்றினார்.

2002 இல் இந்திய குடியரசுத் தலைவர் பதவிக்கு இந்திய பொதுவுடைமை மற்றும் இடதுசாரிக் கட்சிகளின் சார்பில் அப்துல் கலாமை எதிர்த்து போட்டியிட்டு தோல்வியடைந்தார்.

1981 ஆம் ஆண்டு அனைத்திந்திய ஜனநாயக மகளிர் சங்கத்தின் நிறுவன உறுப்பினர்களில் ஒருவராக இருந்த அவர் அதன் பல செயற்பாடுகள் மற்றும் பிரச்சாரங்களுக்கு தலைமை தாங்கினார்.

1984 டிசம்பரில் விஷ வாயு சோகத்திற்கு பிறகு போபாலுக்கு மருத்துவக் குழுவை வழி நடத்திச் சென்றார்.

1984 ஆம் ஆண்டு சீக்கியர்களுக்கு எதிரான கலவரத்தைத் தொடர்ந்து கான்பூரில் அமைதியை மீட்டெடுக்கும் பணியில் ஈடுபட்டார்.

மேலும் 1996 இல் பெங்களூரில் நடந்த உலக அழகி போட்டிக்கு எதிரான பிரச்சாரத்தில் பங்கேற்றதற்காக கைது செய்யப்பட்டார்.

1998 ஆம் ஆண்டில் இந்திய குடியரசுத் தலைவர் கே.ஆர். நாராயணனால் லட்சுமி சாகலுக்கு பத்மவிபூஷன் விருது வழங்கப்பட்டது. 2010இல் காலிகட் பல்கலைக்கழகம் அவருக்கு கௌரவ டாக்டர் பட்டம் வழங்கியது.

19 ஜுலை 2012 அன்று லட்சுமி சாகலுக்கு மாரடைப்பு ஏற்பட்டு 23 ஜுலை 2012 அன்று காலை 11.20 மணிக்கு தனது 97வது வயதில் கான்பூரில் காலமானார்.

அவரது உடல் மருத்துவ ஆராய்ச்சிக்காக கணேஷ் சங்கர் வித்யார்த்தி நினைவு மருத்துவக் கல்லூரிக்கு தானமாக வழங்கப்பட்டது.

கான்பூர் என்பது லட்சுமி சாகலின கனவு தேசமாக இருந்தது. இந்தியாவின் சுதந்திரத்திற்காக தோளோடு தோள் நின்று

போராடிய கொந்தளிப்பான ஆண்டுகளுக்கு பிறகு அவரும் அவரது கணவர் பிரேம் சாகலும் சென்றபோது அவர்கள் தத்தெடுத்த நகரம் அது.

ஏழைகளுக்கு சேவை செய்ய ஒரு கிளினிக் அமைக்க வேண்டும் என்ற தனது கனவை அங்குதான் நிறைவேற்றினார்.

நோயாளிகளிடம் அவர் கொண்டிருந்த பக்தி அசாதாரணமானது. ஒவ்வொரு நாளும் ஆறு தசாப்தங்களுக்கும் மேலாக அவர் தனது கிளினிக்கிற்குச் சென்றார். அங்கு அவருக்காக பெண்கள் வரிசைகள் காத்திருக்கும். உண்மையில் அவர் மரணமடைவதற்கு முந்தைய நாள் கூட கிளினிக்கில் தான் இருந்தார்.

அவர் இதயத்தில் ஒரு கிளர்ச்சியாளராக இருந்தார். தன்னைப் போன்ற புகழ்பெற்ற குடும்பத்து இளம் பெண்கள் ஒரு எழுச்சி யூட்டும் சுதந்திரப் போராட்ட வீரராகவும், சோசலிச கொள்கை களுக்கு உறுதியளித்த கம்யூனிஸ்ட் புரட்சியாளராகவும் மாற வேண்டும் என்று மாநாட்டில் பேசினார்.

சிங்கப்பூரில் ஒரு இளம் பள்ளி மாணவியாக, தனது தாயுடன் பிரிட்டிஷ் ஆட்சிக்கு எதிரான அடையாளமாக வெளிநாட்டு பொருட்களை எரிப்பதில் அவரிடம் ஒரு தெளிவான பார்வை இருந்தது.

ஆங்கிலேயர்களுக்கு எதிரான ஆசாத்ஹிந்த் ஃபவுஜ் நடத்திய மோசமான போர்களில் லட்சுமி அசாதாரண தைரியத்தை வெளிப்படுத்தினார்.

1946 ஆம் ஆண்டு ஆங்கிலேயர்களால் பிடிக்கப்பட்டு இந்தியாவிற்கு அழைத்து வரப்பட்டார். அவர் அடிக்கடி அந்த ஆண்டுகளை பெருமையுடனும் ஒருவித ஏக்கத்துடனும் நினைவு கூர்ந்துள்ளார்.

ஆனால் சுதந்திர இந்தியாவின் தலைவர்கள் மக்களின் கனவுகளுக்கு துரோகம் இழைத்து விட்டதைக் கருதி லட்சுமி சாகல் உரத்த குரல் கொடுத்தார்.

❐

8. ஜான்சி ராணி லட்சுமி பாய்

பதினேழாம் நூற்றாண்டின் பிற்பகுதியில் ஆங்கிலேயரின் ஆதிக்க வெறி வாரிசற்ற நாடுகள் மீது எல்லை மீறி கட்டவிழ்த்து விடப் பட்டிருந்தது.

வயிற்றுப பிழைப்புக்காக வாணிபக்கரம் ஏந்தி இந்தியாவுக்குள் நுழைந்த கும்பினிப் பறங்கியர் இந்தியாவின் தொன்மையான பாரம்பரியத் திற்கே புற்று நோயாகி விட்டார்கள்.

இந்தப் புற்றுநோய் எல்லா மாநிலங்களின் இயல்பான வாழ்க்கை யையும் நல்லுறவுகளையும் நச்சுக்கரங்களால் நசுக்கி விட்டது.

இளைத்தவனை வலுத்தவன் ஏய்த்த கதையாய் இருக்க இடம் கொடுத்த பூர்வீக மன்னர்களின் தலையில் ஏறி குடுமியைப் பற்றி ஆட்ட ஆரம்பித்து விட்டனர்.

போர்க்களத்தின் கருவறையாகவும் பண்பாட்டின் எல்லையாகவும் விளங்கிய மராத்திய மாநிலம் மட்டும் வெள்ளைக்காரப் பறங்கி யருக்கு விதி விலக்கா என்ன?

சுதேச மன்னர்களின் ஆட்சிகளை தங்கள் இஷ்டம் போல சுவீகரித்துக் கொள்வது படையெடுத்து சூழ்ந்து கொள்வது போன்ற அக்கிரமச் செயல்களால் சொல்லொமைக் கொடுமை புரிந்து கொண்டிருந்தனர் ஆங்கிலேயர்.

இந்த ராட்க்ஷச விஷக் குரங்குகளின் வெறியாட்டத்துக்கு மராட்டிய மாநிலத்தின் சின்னஞ்சிறு ஜான்சி நாடும் தப்பவில்லை.

ஆயினும் கருப்பையிலேயே மகிஷா வர்த்தினியின் போர்க்களப் பயிற்சியினைப் பெற்று ஊழிப்புயலாக உருவெடுத்து ஆங்கிலேயரின் குரல் வளையை அந்த சின்னஞ்சிறு ஜான்சி நாட்டின் ராணி மனுபாயை காலச் சக்கரம் அனுப்பி வைத்த வரலாற்றுச் செய்தி எல்லா சந்ததியினரும் அறியத்தக்கதே.

ஏழ்மையோடு உறவு பூண்ட சாதாரண குடியானவப் பெண் மனுபாய் மௌரி பந்தன், பாகிரதி தம்பதியினரின் அருந்தவப் புதல்வியாகப் பிறந்தவர்.

குடிசையில் பிறந்த அவர் கோபுரத்தின் தீபமாக பிரகாசிக்க விதி முடிவு கட்டிய பிறகு சூரியனை யார் தடுக்க முடியும்!

ஏழைச் சிறுமி மனுபாய் இளவரசி லட்சுமி பாயாக மராட்டிய மண்டலத்து மாமனனர் பாஜிராவ் பீஷ்வாவின் அரண்மனையில் அரசரின் வளர்ப்பு மகளாக சீரும் சிறப்புமாக வளர்ந்து வரலானாள்.

மாமன்னர் பாஜிராவ் பீஷ்வாவின் தத்துப் புதல்வர் நானா சாகிபுக்கு ஏழு வயதாக இருக்கும் போது நான்கு வயதுச் சிறுமியாக லட்சுமி பாய் அரண்மனைக்குள் கால் வைத்தவள்.

அன்றிலிருந்து எங்கோ பிறந்த நானாசாகிபும், லட்சுமிபாயும் மாறாத அன்பும் சகோதர பாசமும் நிறைந்த அபூர்வக் கலவையாக மாறி வளர்ந்தனர்.

பதுங்கிக் கிடக்கும் பதுமையாக அல்லாமல் பாயும் வேங்கையாக இளமை தொட்டே லட்சுமிபாய் நானா சாகிபோடு சேர்ந்து வீர விளையாட்டுகளில் தேர்ச்சி பெற்றாள்.

நானாசாகிபும், மராட்டிய மன்னரும் வியக்கக் கூடிய அளவுக்கு போர்ப் பயிற்சித் திறன் பெற்ற வீரமங்கையாக வளரும் வயதிலேயே பெயர் பெற்றாள்.

காலனாலும் அடக்க முடியாத அரபு நாட்டு முரட்டுக் குதிரை யொன்றை மக்கள் மேடையில் ஜான்சிராணி லட்சுமிபாய் சிறுவயதி லேயே பாய்ந்து அடக்கி அந்தக் குதிரையின் முதுகிலேறி பவனி வந்து பார் மெச்ச மன்னனைப் பணிந்தாள்.

மராட்டிய மன்னன் பாஜிராவ் பீஷ்பா இந்த குதிரையேற்ற நிகழ்ச்சி யினைப் பார்த்துத் தன் மகள் லட்சுமிபாயின் வீர சாகசத்தைக் கண்டு மிரண்டு போனார்.

ராஜபுத்திர வம்சத்தைச் சேர்ந்த லட்சுமி வெறும் பதுமையாக அரண்மனைக்குள் வலம் வர வேண்டி சாதாரண பெண்ணல்ல

என்று தீர்மானித்துக் கொண்டார்.

பெண்மையின் புது நிலவாக பாயும் புலியாக புயலின் சீறு முகமாக வளர்ந்து வந்த லட்சுமி பாய்க்கு தக்க மணாளனைத் தேட வேண்டும் என்று மன்னர் கவலைப்பட்டார். அப்போது வீர இராஜபுத்திர மரபைச் சேர்ந்த ஜான்சி நாட்டு அரசரான கங்காதர ராவ் நினைவுக்கு வந்தார்.

வீரமும் சாதுர்யமுமிக்க கங்காதர ராவ் தான் லட்சுமி பாய்க்கு ஏற்ற கணவனாக அமைய முடியும் என்று அந்த லட்சிய புருசனையே திருமணம் செய்து வைத்தார் மாமன்னர்.

ஜான்சி நாட்டு அரசர் கங்காதரராவும், ராணி லட்சுமி பாயும் நாடு மெச்சும்படியான வீரத்தம்பதியராய் உலா வந்தனர்.

ஜான்சி நாட்டு அரச பரம்பரைக்குரிய குலதெய்வம் லட்சுமி தேவி யாதலால் மனுபாயாக இருந்த ராணியினை லட்சுமி பாயாக அழைத்துப் போற்றினர்.

மக்களின் பேராதரவுக்கும் அன்புக்கும் நம்பிக்கைக்கும் பாத்திர மான மாபெரும் தலைவியாக அங்கீகரித்து வரவேற்றனர். ராணி லட்சுமி பாயை ஆலோசிக்காது அரசர் கங்காதரர் எந்த முடிவும் எடுப்பதில்லை.

மன்னருடன் இணைந்து ராணி லட்சுமிபாய் மிகச் சிறந்த ராஜ நிர்வாகியாக உருவாகிக் கொண்டிருந்தார். இல்வாழ்க்கையிலும், மன்னரின் அன்புக்கும் நிலைக்களனாக இருந்தது மட்டுமல்லாது, அரசியல் வாழ்க்கையிலும் அரசருக்கு இணையாக வாழ்ந்து வந்தார்.

யார் கண்பட்டதோ பகைவரும் அஞ்ச பார் ஆண்ட மன்னவன் கங்காதரனை பாழும் நோய் தாக்கி கீழே தள்ளியது. காலம் வரும் நேரம் உணர்ந்த மன்னன் தன்னுடைய அந்திமக் காலம் நெருங்கிக் கொண்டிருப்பதை உணர்ந்து ஜான்சி நாட்டுக்கு அரசியாக ராணி லட்சுமிபாய் பொறுப்பேற்க வேண்டினார்.

இராஜபுத்திர பெண்கள் கணவர் இறந்ததும் உடன் கட்டை ஏறும் வழக்கம் அந்த நாட்களில் கடுமையாக கடைப்பிடிக்கப்பட்டு

வந்தது. ஆனால் ராணி லட்சுமிபாய் வெறும் சாதாரணப் பெண்ணல்லவே. எனவே தான் ஜான்சி நாட்டை ஆள முழுத்தகுதி படைத்த லட்சுமிபாயை ராஜா கங்காதரராவ் வேண்டினார்.

மன்சார் விருப்பப்படியே லட்சுமிபாய் வாக்குறுதியளித்ததும் மன்னர் உயிர் பிரிந்தது. அதன்படி ஜான்சி நாட்டின் ராணியாக முழுப் பொறுப்பேற்றுக் கொண்டார்.

பொறுப்பேற்றுக் கொண்ட நிலையில் தனக்கு ஆண் வாரிசு இல்லாத குறை போக்க தாமோதரன் எனும் இளஞ்சிறுவனை சுவீகாரம் எடுத்துக் கொண்டார்.

இதே வேளையில் வெள்ளையர்களின் ஆதிக்க வெறிக்கு அடி பணிந்து சின்னஞ்சிறு நாடுகள் தங்கள் உரிமைகளை அடுத்தடுத்து இழந்து கொண்டிருந்த வேதனையினை அவரால் வேடிக்கை பார்த்துக் கொண்டிருக்க முடியவில்லை.

தன்மான மிக்க வீரவேங்கை லட்சுமி பாயால் மக்களிடையே சுதேச மனப்பான்மையையும், சுதந்திர சிந்தனையையும் எரிதழல் மூட்டி பரப்பி வந்தார் லட்சுமிபாய்.

ஜான்சிராணியின் இத்தகைய வெள்ளையர் ஆதிக்க எதிர்ப்பலையின் சீற்றம் மெல்ல மெல்ல அண்டை நாடுகளை தொற்றிக் கொள்ள ஆரம்பித்திருப்பதைப் பார்த்து வெள்ளையர்கள் சும்மா இருப்பார் களா என்ன? கொதித்தெழுவார்கள்.

ஜான்சிராணியை எப்படியேனும் அடக்கினாலொழிய தங்களின் ஆகாசக் கனவுகள் அரியணையேறாது என்று முடிவு கட்டினர். உடனே சர்ஹியுரோஸ் என்ற தளபதியின் தலைமையில் பெரும் படை ஒன்று ஜான்சியை நோக்கி விரைந்தது. அவ்வளவுதான் இந்த செய்தி அறிந்த ஜான்சி ராணி மேலும் எரிமலையாகி விட்டாள்.

பகைவருக்கு இடங்கொடுத்து பாருலகில் உயிர் வாழ்வதை விட வீழ்வது மேல் என்று முரசொலித்து படைதிரட்ட முனைந்தாள்.

வெள்ளையர்களின் தந்திர ஆலோசனைகளில் கவரப்பட்ட அண்டை நாடுகள் ஜான்சிராணிக்கு எதிராக ராஜ துரோக

நடவடிக்கைகளில் ஈடுபட்டன. ஆனாலும் ஜான்சிராணி துவண்டு போய் விடவில்லை. வீறுகொண்டு வேங்கையென புறப்பட்டு வெள்ளையர்களோடு மோதினார்.

கடும்போர். எங்கும் உயிரற்ற சடலங்கள், ரத்த ஆறு. வெள்ளையர்களின் துப்பாக்கி, வெடி மருந்துகள், வெறும் வாள் வீச்சால் எவ்வளவு நாள் தாக்குப் பிடிப்பது?

ஜான்சி வீரர்கள் பின் வாங்கும் நிலை ஏற்பட்டதை உணர்ந்த ஜான்சி ராணி தன்னுடைய உடன்பிறவா சகோதரன் நானா சாகிபுக்கு உதவி கோரி ஓலை அனுப்பினாள்.

நானாசாகிப் ஓலையைக் கண்ட மாத்திரத்தில் குறுநில மன்னரும் தனது உயிர் நண்பருமாகிய தாந்தியா தோபி என்பவரையும் அழைத்துக் கொணடு சகோதரிக்கு போர் முகத்தில் உதவி புரிய ஓடி வந்தார்.

முப்படைகளால் சூழப்பட்ட வெள்ளையர்கள் வெலவெலத்துப் போனார்கள். தளபதி சர்ஹியுரோஸ் படைகள் வீறு கொண்ட எழுச்சியை சந்திக்க முடியாது திணறியது. வெள்ளையருக்கு சூதும், தந்திரமும் தான் கைவந்த கலையாயிற்றே.

தாந்தியா தோபியின் படைவீரர்களுக்கு லட்சக்கணக்கான வெள்ளிக் காசுகளை விட்டெறிந்து விலைக்கு வாங்கினர் வெள்ளையர். விளைவு தாந்தியா தோபின் படை பின் வாங்கியது. இது எதிர்பாராத அதிர்ச்சி ஜான்சி ராணிக்கு.

ஆனாலும் தளர்ச்சி என்பதை தன் வாழ்நாளில் அறியாத வீர நங்கை சங்கநாதம் எழுப்பு தன் வீரர்களை உற்சாகப்படுத்தினாள்.

வானம் கிழிபட வீரம் செறிந்த வார்த்தைகளை களம் பல கண்ட வேங்கைப் புலியின் வாயில் இருந்து வருவது கேட்டு படைவீரர்கள் மயிர்க் கூச்செறிந்தனர்.

ஊழிப் பெருந்தீயாய் ஆழிப் பெருவெள்ளமாய் போர்க்களத்தில் வெள்ளையர் படையுடன் மோதினர்.

தாயக மண்ணைக் காப்பாற்ற தரணியில் இதுவரை கேட்டிராத ஊழிக்கூத்து நிகழ்த்தினார் ஜான்சிராணி.

உருவிய வாளுடன் குதிரைகளில் தாவி மாயா ஜாலம் காட்டி துப்பாக்கி குண்டு மழை எதிர்த்து வெள்ளையர்களை இரத்த களரியில் குளிப்பாட்டினாள்.

போர்க்களத்தில் ஜான்சிராணி சுழன்று சுழன்று போராடிய போதும் எஞ்சி நின்றது தன்னைச் சுற்றி தனது படைவீரர்கள் பன்னிரெண்டு பேர்கள்தான் என்பதை அறிந்து ராணி லட்சுமிபாய் ஜான்சி நாட்டிலிருந்து தப்பித்து வெளியேறினாள்.

கல்பி நாட்டில் தஞ்சமடைந்திருந்த ஜான்சி ராணி அந்நாட்டு மன்னரின் படை உதவியோடு மீண்டும் வெள்ளையர்களுடன் மோதினாள்.

படைவலிமை குன்றிய நிலையில் ஜான்சி ராணி தப்பித்து குவாலியர் நிலையில் தஞ்சம் அடைந்தாள். அங்கிருந்தும் வெள்ளையருடன் போர்த் தாக்குதல் நடத்தினாள்.

லட்சுமிபாய் ஆங்கிலேயருடன் சரணடைந்தால் சில நிபந்தனை களோடு ஜான்சி நாட்டு ராணியாகலாம் என்ற சமாதான அறிவிப் பினை ஜான்சி ராணி லட்சுமிபாய்க்கு ஆங்கிலேயர் தூது அனுப்பி னார்.

உயிரினும் மேலான மானத்தை ஆடையாகப் போர்த்திய மறக்குல வேங்கை ஜான்சி ராணி சமாதான ஒப்பந்தத்தைக் கிழித்தெறிந்தாள்.

போரில் தான் வாழ்வும் சாவும் என்று போர்க்களத்தில் வெள்ளையர் களுடன் மோதினாள். குதிரை மீது ஏறி குவாலியரிலிருந்து தப்பித்துச் செல்ல முயன்ற போது குதிரை, காலில் காயம் பட்ட நிலையில் தள்ளாடி கீழே விழுந்தது. ஆங்கிலேயர் ஒற்றையாளாள் படை ஜான்சி ராணியை சூழ்ந்து கொண்டது.

இருப்பது ஒரே ஒரு உடைவாள். சுற்றிலும் நூற்றுக்கணக்கில் ஆங்கிலேயர் வல்லவனுக்கு புல்லும் ஆயுதம் தானே.

வாளைச் சுழற்றி வானமெங்கும் வீசினாள். அந்த வீரக் குலக் கொழுந்தை நூற்றுக்கணக்கான வாள்கள் தீண்டின.

வரலாற்றின் மேற்கு முகத்தில் ரத்த வெள்ளத்தில் சிவப்பு அஸ்தமனச் சூரியனாய் வானுயர வாளுயர்த்தியவாறு ஜான்சி நாட்டுக்கு வாழ்த்துக் கூறியபடி அந்த வீரமங்கை லட்சுமிபாய் மண்ணை முத்தமிட்டபடி சாய்ந்தாள்.

◻

9. ராஜபுத்திர ராணி அவந்தி பாய்

எதிரியின் கையில் மடிவதை விடுத்து தன்னைத் தானே மடித்துக் கொண்ட வீரத்தின் மறு உருவமாய் இன்றும் இத்தேசத்தில் இடம் பெற்றுள்ள வீரப் பெண்மணி ராணி அவந்தி பாய்.

ராம்கட் நாட்டின் ராஜா விக்ரமாதித்ய சிங் உடல்நலம் குன்றி தனது மதிப்புமிக்க மனைவியாகிய அவந்தி பாயை நிர்கதியாக விட்டு விட்டு இறந்தார்.

மாட மாளிகையும் கூட கோபுரமும், பணிபுரிய ஆயிரமாயிரம் சேவகர்கள் இருந்தும் அவரது உடல் நலக்குறைவிலிருந்து அவரது உயிரை பாதுகாக்க முடியவில்லை.

அவர் ஆட்சியின் போது ஆங்கிலேயர்கள் பலமுறை அவரது நாட்டை தங்கள் நிர்வாகத்தின் கீழ் கொண்டு வர முயற்சி செய்தனர்.

பல்வேறு தந்திரங்களையும் கடைப்பிடித்தனர். மிரட்டியும், நயந்து பேசியும் அவரை திசை திருப்ப முயன்றனர். ஆனால் அவர் எதற்கும் அடிபணிய மறுத்தார்.

காலம் கனியும் என்று நேரம் பார்த்திருந்தனர் ஆங்கிலேயர்கள்.

மன்னனின் ஆட்சியில் அடுத்து அமர்வதற்கு அவருக்கு பிள்ளை வாரிசு இல்லை என்று அவர்களுக்கு தெரியும்.

ராஜபுத்திரர்கள் தங்கள் வலிமை மற்றும் வீரத்திற்காக அறியப் பட்டவர்கள். அவந்திபாய் ஒரு ராஜபுத்திர ராணி.

1857 ஆம் ஆண்டு கிளர்ச்சியின் போது ஆங்கிலேயர்களுக்கு எதிரான தனது நிலைப்பாட்டிற்காக நன்கு அறியப்பட்டவர்.

அவந்தி லோதி என்று அறியப்பட்ட இவர் ஜமீன்தார் குடும்பத்தில் ஆகஸ்ட் 16, 1831 இல் பிறந்தார்.

குழந்தைப் பருவத்திலிருந்தே அவர் மிகவும் சுதந்திரமாக இருந்தார். குதிரை சவாரி, வாள் சண்டை மற்றும் இராணுவ உத்திகள் ஆகிய வற்றில் அவளுக்கு பயிற்சி அளிக்கப்பட்டது.

போர்திட்டமிடல் மற்றும் இராஜ தந்திரத்தில் நிபுணத்துவம் பெற் றிருந்தாள். அவளுடைய கவர்ச்சியும் அழகும் நர்மதா பள்ளத்தாக்கு முழுவதும் பரவியது.

பதினெட்டு வயதில் அவர் ராம்கரின் ராஜா விக்ரமாதித்ய லோதியை மணந்தார்.

அவரது கணவர் ராஜ்யத்தை ஆளமுடியாத அளவுக்கு நோய்வாய்ப் பட்டபோது உறுதியான அடி எடுத்து வைத்து ஆட்சியைக் கைப் பற்றியவர் அவந்திபாய். ஆங்கிலேயர்கள் இதனை ஏற்க வில்லை. அவர்கள் தங்கள் மகன்களான அமன்சிங் மற்றும் ஷேர்சிங் ஆகியோரை வாரிசுகளாக அங்கீகரிக்கவில்லை.

ஏனெனில் அவர்கள் மைனர்களாக இருந்தனர் அவந்திபாய் மற்றும் அவரது மகன்கள் திறமையற்றவர்கள் என்று ஆங்கிலேயர்கள் கருதியதால் அவர்கள் தங்கள் நிர்வாகத்தை ராம்கரில் நிறுவினர்.

ஒரு ஆட்சியாளர் திறமையற்றவராக இருந்தால் அல்லது அரியணைக்கு ஆண் வாரிசு இல்லாமல் இறந்தால், அவர்களின் ராஜ்யத்தை ஆங்கிலேயர்கள் கைப்பற்றிக் கொள்வார்கள்.

செப்டம்பர் 13, 1851 இல் பிரிட்டிஷ் அங்கீகரிக்கப்பட்ட நிர்வாகி

ஷேக் முகமதுவுடன் ராம்கர் வார்டுகளின் நீதிமன்றமாக அறிவிக்கப் பட்டது. இந்த முடிவுக்கு ராணி அவந்திபாய் கடும் கண்டனம் தெரிவித்தார்.

பிரிட்டிஷ் கிழக்கிந்திய கம்பெனியின் இந்தச் செயலால் அவமதிக்கப்பட்ட அவள் பதிலடி கொடுக்கும் வரை அப்படியே உறுதியாக இருந்தாள்.

1857 இல் அவந்திபாயின் கணவரும் ராம்கர் அரசருமாகிய விக்ரமாதித்ய லோதி மரணத்திற்குப் பிறகு ஆங்கிலேயருக்கு பதிலளிக்க சரியான வாய்ப்பைக் கண்டார். அவள் நிர்வாகியை ராஜ்யத்தி லிருந்து வெளியேற்றி பிரிட்டிஷ் ஆட்சிக்கு எதிராகப் போரை அறிவித்தார்.

மே 1857 வாக்கில் எழுச்சி பெறும் கிளர்ச்சி பற்றிய செய்தி காட்டுத் தீ போல பரவியது. கிராமவாசிகள் போருக்குத் தயாராகத் தொடங்கினர்.

முழுத் துணைக் கண்டமும் பசு மற்றும் பன்றித் தோலால் செய்யப் பட்ட தோட்டாக்களைக் கொண்ட துப்பாக்கிகளின் கதைகளை கேட்கத் தூண்டப்பட்டது.

ராணி அவந்திபாய் தனது சொந்த செய்தியை அனுப்ப முடிவு செய்தார். கையில் எழுதப்பட்ட ஒரு கடிதக்குறிப்பும் ஒரு வளையல் செட்டும் சுற்றி அனுப்பினார்.

அந்தக் குறிப்பில் 'அவர்களுக்கு தங்கள் நாட்டின் மீது விசுவாசம் அல்லது மரியாதையின் சாயல் இருந்தால், அவர்கள் ஆயுதங்களை எடுத்து ஆங்கிலேயருக்கு எதிராக சண்டையிடுவார்கள் இல்லை யெனில் அவர்கள் வீட்டில் உட்கார்ந்து அந்த வளையல்களை அணிந்து கொள்ளலாம்.

இதனால் பெரும் திருப்புமுனை மக்களிடையே ஏற்பட்டது. ஆயுத மேந்திய பெரும் கிளர்ச்சிப் படைக்குத் தலைவியாக அவந்திபாய் வழி நடத்தினாள்.

ராணி அவந்திபாய் தனது படையை மாண்ட்லாவிற்கு அருகிலுள்ள

கேரிக்கு அழைத்து சென்றார். அங்கு அவர் ஆங்கிலேயருக்கு எதிராக கடுமையாகப் போரிட்டாள்.

விதவைப் பெண்ணான அவந்திபாயை மிக எளிதாக ராணுவ நடவடிக்கை மூலம் வென்று விடலாம் என்று ஆங்கிலேயர்கள் நினைத்தார்கள். ஆனால் விதி அவர்களுக்கு வேறு திட்டங்களை வைத்திருந்தது.

தோல்வியால் அவமானப்படுத்தப்பட்டாலும் அவர்களால் திரும்பிச் செல்லாமல் இருக்க முடியவில்லை. அவந்திபாய் 1858 வரை மாண்ட்ஸாவை ஆட்சி செய்தார்.

மீண்டும் ஆங்கிலேயர் வலிமையான படைகளோடு திரும்பி வந்து மாண்ட்லாவுக்கு தீ வைத்தனர்.

அதனால் அவந்திபாய் தேவரிகரின் மலைக்காடுகளில் தஞ்சம் புகுந்தார். ஆனாலும் அவள் மனம் தளரவில்லை. அவர் கொரில்லா போர் முறைகளைப் பயன்படுத்தி போரிட்டார்.

ஜெனரல் வாடிங்டனின் முகாமில் அவந்திபாய் சோதனையிட்ட போது துரதிருஷ்ட வசமாக ஆங்கிலேயர்களால் பிடிபட்டார்.

ஆங்கிலேயர்களின் கைகளில் சிக்குவதை விட தன்னை தியாகம் செய்ய முடிவு செய்தாள்.

அவரது கடைசி வார்த்தைகள் 'ராணி துர்க்காவதியை நினைவில் வைத்துக்கொள்ளுங்கள். ஆங்கிலேயர்கள் தன் மீது கை வைக்க ஒரு போதும் அனுமதிக்கவில்லை.

ராணி அவந்திபாய் இன்று வட இந்தியாவின் மாநிலங்களில் உள்ள நாட்டுப்புற கதைகள் மற்றும் புராணங்களில் வாழ்கிறார் கோண்ட் மக்களின் பாடலில் அவர் நினைவு கூறப்படுகிறார். ராணி அவந்திபாய் இந்தியாவின் சுதந்திரத்திற்காக தனது உயிரைத் தியாகம் செய்த அத்தகைய ராணிகளில் ஒருவர். அவரது ஆட்சியில் மக்கள் அமைதியாகவும் செழிப்புடனும் வாழ்ந்தனர்.

ஜபல்பூரில் உள்ள பார்கி அணைத்திட்டத்திற்கு அவரது நினைவாக பெயரிடப்பட்டது 20 மார்ச் 1988 மற்றும் செப்டம்பர் 19, 2001

அன்று இந்திய அஞ்சல் இரண்டு தபால்தலைகளை இவர் நினைவாக வெளியிட்டது.

இன்றுவரை ராணி அவந்திபாய் இந்தியர் மனதில் ராம்கரின் கர்ஜிக்கும் ராஜபுதன ராணியாக கொலுவேற்றிருக்கிறார்.

❐

10. விடுதலைச் சுடரேந்திய வீராங்கனை அன்னி பெசன்ட்

அன்னி பெசன்ட் இயற்கையிலேயே புரட்சி மனப்பான்மை கொண்டவராதலால் ஆங்கிலேய அரசின் அடக்குமுறைகள் அவரை வெகுவாகப் பாதித்தன. அதன் காரண மாகவே இந்திய விடுதலைக்கான சுடரேந்திய வீராங்கனைகளுள் முக்கியமானவராக திகழ்ந்தார்.

ஒரு சாதாரண ஐரியக் குடும்பத்தில் லண்டனில் 1847 ஆம் ஆண்டில் பிறந்தவர் அன்னி வுட் பெசன்ட்.. இவரது தந்தை வில்லியம் பைஜ் வுட் அயர்லாந்தில் பிறந்து லண்டனில் குடியேறியவர்.

அன்னி ஐந்து வயதாக இருக்கும் போது தந்தையை இழந்தார். தனது 19வது வயதில் 1867 இல் பிராங்க் பெசண்ட் என்ற 26 வயது மத குருவை மணந்தார். டிக்பி, மேபேல் என்ற இரண்டு பெண் குழந்தை களைப் பெற்றெடுத்தார்.

கணவருடன் இணைந்து வாழ்வது அன்னிபெசண்டுக்கு மிகவும் கஷ்டமாக இருந்தது. தனது பெண்ணுக்கு ஏற்பட்ட நோயினால் மனமுடைந்து போன அன்னி நாத்திகரானார்.

கணவர் பெசன்ட் மனைவியை கோயிலுக்கு செல்லும்படியும், கிறிஸ்தவ மதக் கொள்கைக்கு ஏற்ப நடக்கும்படியும் வற்புறுத்தி னார். சுதந்திர மனப்போக்கு கொண்ட அன்னி கணவரிடமிருந்து

1873 இல் பிரிந்து வாழ முடிவெடுத்தார். கணவரிடமிருந்து பிரிந்த பின்னர் நிறைய கட்டுரைகள் எழுதினார்.

அன்னியின் அரசியல் போக்கு கணவரிடமிருந்து அவரை மேலும் பிரித்தது. பண்ணை விவசாயிகளின் உரிமைகளுக்காக குரல் கொடுத்தார்.

இறுதியாக கணவன் குழந்தைகளை விட்டுப் பிரிந்து லண்டனுக்கு திரும்பினார்.

லண்டன் பல்கலைக் கழகத்தில் பகுதி நேர படிப்பைத் தொடர்ந்தார். மூடப் பழக்கவழக்கங்களுக்கு எதிராக பரப்புரையை ஆரம்பித்தார். இதனால் மத சமூகத்தினரின் எதிர்ப்புக்கு ஆளானார்.

நாடாளுமன்ற அங்கத்தினர்கள் கடவுளின் பெயரால் சத்தியம் செய்யத் தேவையில்லை என்று வற்புறுத்தி கூட்டங்களில் பேசினார்.

லிங்க் என்ற பெயரில் பத்திரிக்கையைத் தொடங்கி இந்தியாவிலும் அயர்லாந்திலும் விடுதலைப் போராட்டங்களுக்கு ஆதரவாக எழுதினார்.

பெண்கள் விடுதலை, தொழிலாளர் உரிமைகள், குடும்பக் கட்டுப்பாடு போன்ற பலவற்றிலும் தனது கருத்துக்களை வெளிப்படையாக தெரிவித்தார்.

இந்தியா வந்த அன்னிபெசன்ட் சென்னையில் அடையாறில் பிரும்ம ஞான சங்கத்தின் தலைமை நிலையத்தை நிறுவினார். இந்து சாஸ்திரங்களை ஆழ்ந்து படித்து பல நூல்களை எழுதினார். பகவத் கீதையை ஆங்கிலத்தில் மொழிபெயர்த்தார். இந்திய உடை தரித்து இந்துவாகவே வாழலானார்.

1915 ஜூன் 14 இல் சென்னையில் இருந்து நியு இந்தியா என்ற பெயரில் நாளேடு ஒன்றை ஆரம்பித்து நடத்தினார். இதன் மூலம் அவர் அரசியலுக்கு இழுக்கப்பட்டார்.

1907 ஆம் ஆண்டில் சூரத்நகரில் இடம்பெற்ற இந்திய காங்கிரஸ் மாநாட்டில் கலந்து கொண்டார்.

இம்மாநாட்டில் மிதவாதிகளுக்கும், தீவிரவாதிகளுக்கும் ஏற்பட்ட கருத்து வேறுபாடுகளினால் ஏற்படவிருந்த பெரும் பிளவைத் தவிர்த்து லக்னோவில் இடம் பெற்ற மாநாட்டில் இரு பிரிவினரையும் இணைத்து வெற்றி கண்டார்.

ஹோம் ரூல் (சுயாட்சி) இயக்கத்தை தொடங்கினார். நாடு முழுவதிலும் அதன் கிளைகளை உருவாக்கினார். அன்னிபெசன்ட் தனது தலைமைப் பதவிக்காலத்தில் நாடு முழுவதும் சுற்றுப்பயணம் மேற்கொண்டு விடுதலை இயக்கத்தை வலுப்பெறச் செய்தார்.

அன்னிப் பெஷண்டின் சுற்றுப்பயணங்களுக்கும் பொதுக் கூட்டங் களுக்கும் ஆங்கிலேய அரசு தடை செய்தது.

1917 ஜுன் 15 ஆம் நாள் ஏனைய காங்கிரஸ் தலைவர்களுடன் அன்னிபெசன்ட்டையும் கைது செய்தது. இவர்களின் கைது நடவடிக்கைகளைக் கண்டித்து காங்கிரஸ் இயக்கம் மற்றும் முஸ்லீம் லீக் ஆகியன சத்தியாக்கிரகம் செய்யப் போவதாக அறிவித்தது. இதனால் நிலைகுலைந்த ஆங்கில அரசு செப்டம்பரில் இவர்களை விடுதலை செய்தது.

டிசம்பர் 1917 ஆம் ஆண்டில் கல்கத்தாவில் நடந்த மாநாட்டில் இந்திய காங்கிரசின் தலைவராக ஓராண்டுக்கு தேர்வானார்.

லாகூரில் ஜவஹர்லால் நேருவின் தலைமையில் 1929 இல் கூடிய காங்கிரஸ் மாநாட்டில் முழுமையான சுயாட்சி கோரி அறிக்கை வெளியானது.

காங்கிரஸ் சோசரிச சார்பாக கருத்துக்களை வெளியிட்டது அன்னி பெசன்டின் கொள்கைகளுக்கு உடன்பாடாக இருக்கவில்லை.

இதனால் மகாத்மா காந்தியின் சத்தியாகிரக இயக்கங்களில் அன்னி பெசன்ட் சேரவில்லை. காங்கிரசில் இருந்து விலகி இருந்தார். ஆனாலும் இந்திய தேசிய விடுதலையில் முன் போலவே ஈடுபாடு கொண்டிருந்தார்.

இந்தியாவில் மட்டுமல்லாது பிரித்தானியாவுக்கு பயணம் மேற் கொண்டபோது அங்கும் இந்திய விடுதலைக்கு ஆதரவாக பொது மேடைகளில் உரையாற்றினார்.

தனது 81 வது வயதில் தீவிர அரசியலில் இருந்து விலகிய அன்னி பெசன்ட் இறுதிக் காலங்களில் பிரும்ம ஞான சபையின் முன்னேற்றத்தில் முனைப்பாக ஈடுபட்டார்.

தமது 87வது வயதில் 1933 ஆம் ஆண்டு செப்டம்பர் 20 இல் சென்னையில் உள்ள அடையாறில் அன்னி பெசன்ட் காலமானார்.

அன்னி பெசன்ட் அமைத்துள்ள சென்னை அடையாறில் உள்ள பிரும்ம ஞான சபை இன்றும் அவர் புகழ் பரப்பிக் கொண்டிருக்கிறது.

❏

11. இந்தியாவின் நைட்டிங்கேல் சரோஜினி நாயுடு

பிரிட்டிஷ் ஏகாதிபத்தியத்துக்கு எதிராக இந்திய சுதந்திர இயக்கத்தில் முக்கியப் பங்கு வகித்தவர் சரோஜினி நாயுடு ஆவார்.

இந்திய தேசிய காங்கிரஸின் தலைவராகவும் உத்தரப் பிரதேசத்தின் முன்னாள் ஆளுநராகவும் இருந்தவர் இவர்.

ஹைதராபாத்தில் ஒரு பெங்காலி குடும்பத்தில் பிறந்த இவர், மெட்ராஸ், லண்டன் கேம்பிரிட்ஜ் ஆகிய இடங்களில் படித்தார்.

பிரிட்டனில் வாக்குரிமையாளராக இருந்த காலத்தை தொடர்ந்து இந்தியாவின் சுதந்திரத்திற்கான காங்கிரஸ் கட்சியின் போராட்டத் திற்கு சரோஜினி நாயுடு ஈர்க்கப்பட்டார்.

காந்திஜியின் சுவராஜ் கொள்கையை பின்பற்றினார். 1925 இல் காங்கிரஸ் தலைவராக நியமிக்கப்பட்டார். இந்திய சுதந்திரம் அடைந்தபோது 1947 இல் ஐக்கிய மாகாணங்களின் ஆளுநரானார்.

மிகச் சிறந்த கவிஞரான சரோஜினி நாயுடு நாயுடு மகாத்மா காந்தியால் இந்தியாவின் நைட்டிங்கேல் என்று அழைக்கப்பட்டார்.

1879 பிப்ரவரி 13 ஆம் நாள் ஹைதராபாத்தில் அகோரநாத் சட்டோபாத்யாய்க்கு மகளாகப் பிறந்தார். எட்டு உடன்பிறப்புகளில் சரோஜினி நாயுடு மூத்தவராவர். அவரது சகோதரர் வீரேந்திர நாத் சட்டோபாத்யாய் ஒரு புரட்சியாளர்.

1904 ஆம் ஆண்டு தொடங்கி சரோஜினி நாயுடு பிரபலமான சொற்பொழிவாளராக திகழ்ந்தார். 1909 ஆம் ஆண்டு முத்துலட்சுமி ரெட்டியைச் சந்தித்தார். மேலும் 1914 இல் அவர் மகாத்மா காந்தியை சந்தித்தார்.

சரோஜினி நாயுடு, காந்தி, கோபால கிருஷ்ண கோகலே, ரவீந்திர நாத் தாகூர் மற்றும் சரளாதேவி சௌது ராணி ஆகியோருடன் நெருங்கிய உறவை ஏற்படுத்தினார்.

1917க்குப் பிறகு பிரிட்டிஷ் ஆட்சிக்கு எதிரான காந்தியின் சத்தியாகிரக இயக்கத்தில் சேர்ந்தார். 1919 ஆம் ஆண்டில் இந்தியா ஹோம்ரூல் லீக்கின் ஒரு பகுதியாக லண்டன் சென்றார்.

1924 இல் சரோஜினி நாயுடு கிழக்கு ஆப்பிரிக்க இந்திய தேசிய காங்கிரஸில் இந்திய தேசிய காங்கிரசை பிரதிநிதித்துவப்படுத்தினார்.

லார்டு இர்வின் தலைமையில் நடைபெற்ற இரண்டாவது வட்ட மேசை மாநாட்டில் கலந்து கொண்டார் சரோஜினி நாயுடு.

1942 இல் வெள்ளையனே வெளியேறு இயக்கத்தில் பங்கேற்றதற்காக ஆங்கிலேயர்கள் நாயுடுவை மீண்டும் சிறையில் அடைத்தனர். அவர் 21 மாதங்கள் சிறையில் இருந்தார்.

1947 இல் பிரிட்டிஷ் ஆட்சியிலிருந்து இந்தியா சுதந்திரம் அடைந்ததைத் தொடர்ந்து சரோஜினி நாயுடு ஐக்கிய மாகாணங்களின் ஆளுநராக நியமிக்கப்பட்டார். அவர் மார்ச் 1949 இல் தமது எழுபது வயதில் இறக்கும் வரை அப்பதவியில் இருந்தார்.

◻

12. மானமிக்க போர்க்குல மங்கை லட்சுமிபாய்

மைசூர் சாம்ராஜ்யத்தின் மன்னர் கிருஷ்ணராஜ உடையார் காலமாகிட்ட நிலையில், வாரிசற்று இறந்து போன மன்னருக்குப் பதிலாக அவரது வேறொரு கிளை மரபைச் சார்ந்த ஒருவனை இரண்டாம் கிருஷ்ணராஜ உடையாராக அரசு கட்டிலுக்கு மந்திரியும், தளபதியும் கூடித் தேர்ந்தெடுத்தனர்.

விதவை மகாராணி தேவஜா அம்மையாரும் அவனை தனது தத்துப் புத்திரனாக ஏற்றுக் கொண்டார். இரண்டாம் கிருஷ்ணராஜ உடையாரின் மனைவியே ராணி லட்சுமி தேவி ஆவார்.

ஆற்றல் மிக்க போர்த்தளபதியதாக ராஜ குடும்பத்தை சேர்ந்த கோபால்ராஜ் என்பவரின் புத்திரியே ராணி லட்சுமி தேவி. ராணி லட்சுமி தேவியை தளபதி கோபால்ராஜ் ஒரு வீராங்கனை அனைத்து போர்க்களப் பயிற்சியையும் சிறுவயது முதலே அளித்து வளர்த்திருந்தார்.

தனது கணவர் கிருஷ்ணராஜ உடையாரது கையாளாகாத தனம் கண்டு நொந்து போயிருந்த மகாராணி தேவஜா அம்மையார் தனது வளர்ப்பு மகன் இரண்டாம் கிருஷ்ணராஜ உடையார் மூலமாக வாவது தனது லட்சியம் நிறைவேறும் என்று நினைத்திருந்தார். ஆனால் இவரும் அமைச்சர்களின் கைப்பாவையாக அடங்கிப் போனது கண்டுதான் ராணி லட்சுமி தேவியை இவருக்கேற்ற மனைவியாக தேர்ந்தெடுத்தார்.

ராணி லட்சுமி தேவி மைசூர் ராணியாக கிருஷ்ணராஜ உடையாரின் அருகில் அமர்ந்த நாள் முதலே இந்த சாம்ராஜ்யத்தின் அரசியலைக் கூர்ந்து கவனிக்கத் துவங்கி விட்டார்.

மைசூர் தேசத்தின் இழந்து போய்க் கொண்டிருக்கும் மானத்தினை எப்படியும் காப்பாற்றியே தீருவது என்று கங்கணம் கட்டிக் கொண்டார் லட்சுமிபாய்.

இரண்டாம் கிருஷ்ணராஜ உடையாரை பொம்மையாக உட்கார வைத்துக் கொண்டு பிரதானி நஞ்ச ராஜய்யாவும், தளவாய் தேவராஜய்யாவும் அரசு அதிகாரங்களை கையிலெடுத்துக் கொண்டு தங்களது மனம் போன போக்கில் ஆட்சி புரிந்து வந்தனர்.

தளபதி ஹைதர அலியின் வலதுகரமாக உதவிய அமைச்சர் கண்டேராவ் என்பவர் ஆவார். இவர் மிகச் சிறந்த சாணக்கியராக ஹைதர் அலியோடு இணைந்து அவரது வெற்றிகளின் ஆதார கருவியாகத் திகழ்ந்தார்.

ஹைதர் அலியின் விரிந்து பரந்த சாம்ராஜ்ய கனவுக்கு சாமரம் வீசி செயல்படுத்திய கண்டேராவ் புகழ் நாளுக்கு நாள் அரங்கேறிக் கொண்டிருந்தது. இவற்றையெல்லாம் ஆழ்ந்த கவலையோடும் அரசியல் கூரிய பார்வையோடும் கவனித்து வந்து கொண்டிருந்தாள் ராணி லட்சுமி தேவி.

கி.பி. 1741 ஆம் ஆண்டில் ஹைதராபாத் நிஜாமுடன் செய்து கொண்டிருந்த ஒப்பந்த முறிவு காரணமாக நிஜாம் மன்னரின் படைகள் ஸ்ரீரங்கப்பட்டணத்தை நோக்கி ஒருபுறம் வந்து கொண்டிருந்தது. பூனாவிலிருந்து மராத்தியர் படை மறுபக்கம் வந்து கொண்டிருந்தது.

இந்த கடும் நெருக்கடியிலிருந்து தன்னை விடுவித்துக் கொண்டு பிரதானி நஞ்சராஜய்யா மைசூர் ராஜ்ஜியத்தின் நிதி பொறுப்பினை ஹைதர் அலியிடம் கொடுத்து விட்டு ஓடினார். ஆக ஒட்டு மொத்த மாக மைசூர் ராஜ்யம் முழுவதுமாக ஹைதர் அலி வசம் ஒப்படைக்கப்பட்டு விட்டது. இதனைக் கண்டு மனம் குமுறினார் ராணி லட்சுமி தேவி.

அரசர் கிருஷ்ணராஜ உடையாரோ தன்னை பொம்மை ராஜா என்ற நிலையில் விட்டு வைத்தாலே போதுமானது என்பது போலடங்கிக் கிடந்தார்.

இதே சமயத்தில் ஹைதர் அலியின் வலதுகரமாக விளங்கிய சாணக்கியர் கண்டேராவ் கருத்து மோதல்கள் ஏற்பட்டு ராணி லட்சுமி தேவி பக்கம் வந்தடைந்தார்.

ஹைதர் அலியை எதிர்க்கும் நடவடிக்கையை ராணி லட்சுமிபாய் ரகஸ்யமாக எடுத்து வந்தார். அவ்வாறு இவர் முடிவெடுத்தபோது மராத்தியப் படையின் உதவி ராணி லட்சுமி தேவிக்கு கிடைக்கக் கூடிய வாய்ப்பை கண்டோராவ் ஏற்படுத்திக் கொடுத்தார்.

மராட்டியப் படை ஸ்ரீ ரங்கபட்டினத்து கோட்டையை பீரங்கி கொண்டு தாக்கியது. ஆனால் இரவோடு இரவாக ஹைதர் அலி படை வீரர்களோடு தப்பித்து பெங்களூரை அடைந்து விட்டான். இப்போது படைத்தலைமை ஏற்று பெங்களூர் சென்று ஹைதர் அலியின் படை கண்டோராவ் படையினை துரத்தியது. ஹைதர் அலியின் படை மீண்டும் ஸ்ரீரங்க பட்டணத்தை முற்றுகையிட்டது.

கோட்டைக் கதவைத் திறந்து ஹைதர் அலியின் படையினர் நுழைந்து அரச குடும்பத்தைக் கைப்பற்றினர். மைசூர் சாம்ராஜ்யத்தின் சகல பகுதிகளையும் அரசியல் அதிகாரங்களையும் அவர்களிடமிருந்து பறித்துக் கொண்டார் ஹைதர் அலி.

இந்த சோகம் தாங்க மாட்டாமல் ராணி லட்சுமி தேவியின் மாமியார் தேவஜாவும், லட்சுமி தேவியின் கணவரும் அடுத்தடுத்து உயிர் துறந்து ராணி லட்சுமி தேவியை மீளாத்துயரில் ஆழ்த்திச் சென்றனர்.

இத்தகைய சூழ்நிலையில் ராணிலட்சுமி தேவி ஹைதர் அலியை கைது செய்ய பல நாட்டு உதவிகளையும் ரகசியமாகக் கோரும் நடவடிக்கைகளில் ஈடுபட்டுக் கொண்டேயிருந்தார்.

மைசூர் அரச குடும்பத்தின் அதிகாரத்தை மீட்டுத் தரும் ஒப்பந்தத்தை 1782 இல் பிரிட்டிஷ் பேரரசுடன் ராணி லட்சுமி ஏற்படுத்திக் கொண்டிருந்த போதிலும் ஹைதர் அலியால் கண்காணிக்கப்பட்டு முறியடிக்கப்பட்டது.

இச்சூழ்நிலையில் ஹைதர் அலிக்கு ராஜ பிளவை ஏற்பட்டு மரணம் அடைந்தார். ஹைதர் அலியின் மகன் திப்பு சுல்தான் உலகை ஒரு

குடையின் கீழ் ஆள வேண்டும் என்ற வெறி பிடித்தவனாக இருந்தான்.

இந்நிலையில் ஹைதர் அலியின் மகன் திப்பு சுல்தான் மலையாள தேசத்தின் மீது படை எடுத்து சென்றிருந்தான். சரியான சந்தர்ப்பத்திற்கு காத்திருந்த ராணிலட்சுமி தேவி ஸ்ரீரங்கப்பட்டினக் கோட்டை தளபதியை தாக்கி திப்புவின் முக்கிய படைத் தளபதி களை சிறைப்பிடித்து வெடிகுண்டு தொழிற்சாலைக்கு தீ வைத்து விட்டு பிறகு திப்பு சுல்தானை ரகசியமாக சொல்வது என்று திட்ட மிட்டிருந்தார்.

ஆனால் ராணியின் திட்டம் எப்படியோ திப்புவிற்கு எட்டி விட்டது. ஆத்திரமடைந்த திப்பு ராணி லட்சுமி தேவிக்கு வேண்டியவர்களை எல்லாம் சிறைப்பிடித்து ராணியையும் சித்ரவதை செய்தான்.

ராணி லட்சுமியின் புரட்சிப்படை திருவிதாங்கூருக்கு ரகசியமாக சென்று படை பயிற்சி செய்து கொண்டிருந்தது. திருவிதாங்கூர் மன்னரும் ராணிக்கு முழுமையான ஒத்துழைப்பை நல்கிக் கொண்டிருந்தார். இதனால் கோபமுற்ற திப்பு சுல்தான் திருவிதாங்கூர் மீது படையெடுத்துச் சென்றான்.

திருவிதாங்கூர் மன்னருக்கு ஆதரவாக ஆங்கிலேய படை உதவியும், நிஜாமின் படை உதவியும், மராட்டிய மன்னரின் படை உதவியும் கிடைக்க பெரும் படை பலத்துடன் ராணி லட்சுமியின் படை திப்புவின் படையுடன் மோதியது. திப்பு சுல்தான் தாக்கு பிடிக்க முடியாது புறமுதுகிட்டு ஓடினான்.

பிரிட்டிஷாருடன் ராணிலட்சுமி தேவி ஏற்கனவே செய்து கொண்டிருந்த ஒப்பந்தத்தை புதுப்பித்து திப்பு சுல்தானை சிறை செய்து ஆட்சியை தன்னிடம் ஒப்படைக்க வேண்டினாள் ராணி.

ஆனால் சரிபாதி ராஜ்யமும் மூன்று கோடி ரூபாய் நஷ்ட ஈடும் பிரிட்டிஷாருக்கு கொடுக்க வேண்டும் என்றும் அத்தொகைக்கு பிணையமாக திப்புவின் பிள்ளைகள் இருவரையும் தம் வசம் ஒப்படைக்க வேண்டும் என்றும் திப்புவே தொடர்ந்து ஆட்சி அதிகாரங்களை வகித்து வரலாம் என்றும் கவர்னர் ஜெனரல்

ஒப்பந்தம் ஏற்படுத்தியபோது மிகுந்த ஏமாற்றமடைந்தாள் ராணி லட்சுமி தேவி.

அதன்பின் வெள்ளையரால் அடக்கப்பட்ட திப்பு சுல்தான் பிரஞ்சுக் காரர்ளுடன் உறவு கொண்டான். இதனால் பிரிட்டிஷ்காரருக்கு திப்பு சுல்தான் மீது ஆத்திரம் ஏற்பட்டது. இந்த சூழ்நிலையைப் பயன்படுத்தி இது நாள்வரை பொறுமையாக இந்த ராணிலட்சுமி தேவி ஆங்கிலப் பேரரசுக்கு திப்புவின் ரகசியத் திட்டங்களை அம்பலமாக்கினாள்.

சென்னை கவர்னர் ஹாரிஸ் இந்தத் தகவல்களுக்கு திப்புவிடம் விளக்கம் கேட்டார். ஆனால் திப்புவோ தன் படைகளை அனுப்பி னார். இந்த முறை மூண்ட பெரும் போரிலும் கும்பினியர் படை யோடு நிஜாம்படை மராத்தியர் படை எல்லாம் ஒன்று சேர்ந்து மோதியது. இத்துடன் ராணி லட்சுமி தேவியின் புரட்சிப் படையின் தாக்குதலும் சேர திப்பு சுல்தான் தாக்கு பிடிக்க முடியாது மரண மடைந்தான்.

மைசூர் ராணி லட்சுமி தேவியின் இடைவிடாத போர்க்கால வாழ்க்கை வரலாறு ஹைதர் அலி, திப்பு சுல்தான் ஆட்சிகளை முடிவுக்கு கொண்டு வந்து பாரம்பரியமிக்க பூர்வீக மைசூர் சாம்ராஜ்யத்தையும் மீட்டுத் தந்தது.

❒